HOÀN CHỈNH
NGƯỜI MỸ GỐC HÀN
SÁCH NẤU ĂN

100 MÓN ĐÓN HẤP DẪN NHƯ NHÀ

Nghi Nhã

MỤC LỤC

GIỚI THIỆU

Tất cả chúng ta đều có công thức nấu ăn gia đình yêu thích. Một số đã được truyền lại cẩn thận qua nhiều thế hệ trong khi một số khác được thông báo vội vàng qua điện thoại sau khi một thành viên nhỏ tuổi hơn trong gia đình bỏ trốn khỏi tổ. Thường thì không thể làm được món ăn giống như trong trí nhớ của bạn; đôi khi những thay đổi có thể được thực hiện có mục đích hoặc không cần thiết, nhưng dù nó có phát triển theo năm tháng như thế nào đi chăng nữa thì cốt lõi của món ăn vẫn luôn được giữ nguyên.

Những công thức nấu ăn của người Mỹ gốc Hàn này minh họa cách hai nền văn hóa ẩm thực khác nhau kết hợp với nhau để tạo ra một nền ẩm thực kết hợp sáng tạo có hương vị như ở nhà.

SÚP

1. Súp đậu phụ kiểu Mỹ gốc Hàn

Thời gian chuẩn bị : 15 phút
Thời gian nấu: 20 phút
Khẩu phần: 4 người

THÀNH PHẦN
- 1 muỗng canh tỏi dán
- 3 ½ cốc nước
- ½ muỗng canh hạt dashi
- 3 thìa canh đậu phụ kiểu Hàn Quốc
- 1 quả bí xanh, thái hạt lựu
- ¼ pound nấm tươi, cắt tư
- 1/ muỗng canh tương ớt Hàn Quốc-Mỹ
- 1 củ khoai tây, gọt vỏ và thái hạt lựu
- 1 – 12 ounce gói đậu phụ mềm, thái lát
- 1 củ hành tây, thái hạt lựu

HƯỚNG
a) Cho nước vào chảo lớn, thêm tỏi, ớt cay và bột sữa đông.
b) Đun nóng cho đến khi sôi và tiếp tục đun sôi trong 2 phút để giúp hòa tan bột nhão.
c) Tiếp theo, thêm khoai tây, hành tây, bí xanh và nấm vào, khuấy đều, đun sôi lại thêm 6 phút nữa.
d) Cuối cùng cho đậu phụ vào, khi đậu đã to hơn và rau đã mềm thì cho đậu phụ ra bát và thưởng thức.

2. Súp rong biển kiểu Mỹ gốc Hàn

Thời gian chuẩn bị : 15 phút
Thời gian nấu: 30 phút
Khẩu phần: 4 người

THÀNH PHẦN
- 2 thìa cà phê dầu mè
- 1 – 1 ounce gói rong biển nâu khô
- 1 ½ muỗng canh nước tương
- ¼ pound thịt thăn bò, băm nhỏ
- 6 cốc nước
- 1 thìa cà phê muối
- 1 thìa cà phê tỏi băm

HƯỚNG
a) Cho rong biển vào thùng chứa nước và đậy nắp, ngâm cho đến khi mềm rồi cắt thành từng miếng dài 2 inch.

b) Bắc chảo lên bếp đun nóng rồi cho dầu, muối vừa ăn, thịt bò và ½ thìa xì dầu vào trộn đều trong 1 phút.

c) Tiếp theo trộn rong biển với phần nước tương còn lại vào, nấu thêm 1 phút nữa.

d) Bây giờ thêm 2 cốc nước và đun nóng cho đến khi nó bắt đầu sôi.

e) Cho tỏi với phần nước còn lại vào, khi tỏi sôi trở lại thì giảm lửa và nấu ở lửa nhỏ trong 20 phút.

f) Chỉnh sửa gia vị và phục vụ.

3. Cơm canh tôm

Thời gian chuẩn bị : 120 phút
Thời gian nấu: 32 phút
Khẩu phần: 3 người

THÀNH PHẦN
- 1 muỗng canh dầu mè
- 2 chén cơm trắng
- 1 muỗng canh rượu gạo
- Tôm 9 ounce, bóc vỏ và bỏ chỉ
- 12 cốc) nước
- Gia vị cho vừa ăn

HƯỚNG
a) Lấy gạo và vo sạch, đặt sang một bên trong 120 phút.
b) Cho dầu vào chảo đun nóng, khi dầu nóng thì thả tôm với rượu gạo vào nấu khoảng 1 phút, sau đó cho gạo vào đảo đều và chiên thêm 1 phút nữa.
c) Cho nước vào đun đến khi sôi, khi gạo nở gấp 3 lần thì giảm lửa.
d) Nấu thêm 10 phút nữa.
e) Nêm lại gia vị và dùng khi còn nóng.

4. Súp cá tuyết khô

Thời gian chuẩn bị : 25 phút
Thời gian nấu: 30 phút
Khẩu phần: 2 người

THÀNH PHẦN

- Đậu phụ mềm 9 ounce
- 2 – 3 chén cá minh thái khô
- 2 tép tỏi, băm nhỏ
- 3 củ hành lá
- 3 $\frac{1}{2}$ muỗng canh dầu mè
- 3 $\frac{1}{2}$ cốc Dadada, nước súp Hàn Quốc
- Muối để nếm
- 1 quả trứng
- 5 cốc nước
- Giá đỗ, nếu muốn
- Mảnh ớt đỏ nếu muốn

HƯỚNG

a) Cắt cá thành từng dải mỏng, dài khoảng 1,5 inch.

b) Đun nóng dầu trong chảo và chiên các miếng cá trong 3 phút.

c) Tiếp theo, đổ nước cùng nước kho Mỹ Hàn và tỏi vào, đậy nắp đun đến khi sôi thì vặn nhỏ lửa.

d) Cắt đậu phụ thành từng miếng $\frac{1}{2}$ inch và cho vào chảo.

e) Nếu dùng giá đỗ thì hãy bổ sung ngay.

f) Đậy nắp lại và nấu trong 15 phút.

g) Đánh trứng bằng một chiếc bát nhỏ.

h) Khuấy súp vào, trộn đều, bây giờ thêm hành lá, cắt thành đoạn dài 1 inch.

i) Nấu thêm 2 phút nữa và điều chỉnh gia vị .

j) Món ăn nóng hổi.

k) Rắc thêm hạt tiêu nếu muốn.

l) Có thể ăn với cơm trắng.

5. Súp úc bò và lòng bò

Thời gian chuẩn bị : 120 phút
Thời gian nấu: 360 phút
Khẩu phần: 10 người

THÀNH PHẦN

- 1 củ hành, xắt nhỏ cho mỗi bát ăn
- 1 gói xương đuôi bò gồm thịt, Hàn Mỹ siêu thị
- Gia vị cho vừa ăn
- 1 ½ gallon nước

HƯỚNG

a) Cho đuôi bò vào tô chứa nước rồi ngâm, loại bỏ máu thừa, thay nước 2-3 lần.

b) Khi đã sẵn sàng, cho xương vào nồi lớn và đổ 1 ½ gallon nước vào.

c) Đặt lên bếp nấu tối thiểu 6 tiếng, nấu càng lâu thì thịt và vị càng ngon.

d) Trong khi nấu, hãy hớt bớt lớp dầu nổi lên trên, giữ mục nước ở mức khoảng 1 gallon trong khi nấu.

e) Sau khi hoàn thành, màu sắc sẽ trông như kem.

f) Chỉnh lại gia vị.

g) Dọn ra bát cùng với đuôi bò và rắc hành lá xắt nhỏ lên trên.

6. Canh mầm đậu nành

Thời gian chuẩn bị : 10 phút
Thời gian nấu: 30 phút
Khẩu phần: 2-3 người

THÀNH PHẦN

- 1 hành lá, xắt nhỏ
- 2 chén mầm đậu nành
- 2 muỗng canh nước tương
- 2 tép tỏi, băm nhỏ
- 5 cốc nước
- 1 muỗng canh dầu mè
- 1 – 2 muỗng canh ớt đỏ, nếu muốn
- 1 thìa cà phê muối

HƯỚNG

a) Làm sạch mầm đậu nành trong nước, sau đó để ráo nước, loại bỏ những phần không cần thiết.

b) Cho dầu vào nồi, phi thơm tỏi, cho thêm nước tương vào xào khoảng 3 phút.

c) Đổ nước vào, cho mầm vào và nêm gia vị , đun nóng cho đến khi bắt đầu sôi.

d) Bây giờ hãy giảm nhiệt và nấu ở mức thấp trong 20 phút với nắp đậy.

e) Nếu bạn muốn thêm mảnh ớt đỏ, hãy cho chúng vào 5 phút trước khi kết thúc nấu.

f) Tắt bếp và bày ra bát với hành lá xắt nhỏ ở trên.

7. Súp gà và nhân sâm

Thời gian chuẩn bị : 20 phút
Thời gian nấu: 25 phút
Khẩu phần: 4 người

THÀNH PHẦN
- 2 muỗng canh tỏi, thái nhỏ
- 1 muỗng cà phê hạt vừng
- 2 thìa gừng tươi, thái nhỏ
- 8 chén nước luộc gà
- 1 muỗng canh nước tương
- 1 – 2 muỗng cà phê tương ớt đỏ
- ½ chén cơm
- 1 muỗng cà phê dầu mè nướng
- 2 hành lá, thái nhỏ
- 1 chén thịt gà nấu chín xé nhỏ

HƯỚNG
a) Chiên hạt trong 1 phút cho đến khi vàng trong chảo khô rồi đặt sang một bên.
b) Dùng nồi lớn, cho tỏi, nước dùng và gừng vào đun cho đến khi sôi.
c) Sau khi sôi, trộn tương ớt, đậu nành và dầu mè vào.
d) Cho gà vào và đun nóng cho đến khi ấm.
e) Đặt súp vào bát phục vụ và kết thúc với hành lá và hạt ở trên.

8. Bún bò và cơm

Thời gian chuẩn bị : 30 phút
Thời gian nấu: 75 phút
Khẩu phần: 8 người

THÀNH PHẦN
- ½ củ cải Hàn-Mỹ nguyên củ
- ½ pound sườn bò bít tết
- ¼ pound mì Trung Quốc
- 1 ⅓pound thịt bò
- 5 tép tỏi
- 1 hành lá, lớn và cắt nhỏ
- Gia vị cho vừa ăn

HƯỚNG
a) Lấy thịt bò và thái hạt lựu thành từng miếng vừa miệng.
b) Cắt củ cải thành hai miếng.
c) Bây giờ đun sôi chúng với nhau bằng một nồi lớn với 30 cốc nước, khi nước sôi thì giảm lửa và đun nhỏ lửa trong 60 phút.
d) Khi thịt mềm thì vớt ra khỏi nước dùng, cùng với củ cải, để nước dùng nguội bớt, hớt bỏ mỡ thừa.
e) Khi bạn có thể xử lý lát củ cải thành ⅛ lát dày.
f) Cho thịt cùng củ cải thái lát vào nước dùng và đun sôi lần nữa, lần này cho mì vào.
g) Cho hành lá vào và điều chỉnh gia vị bằng muối và tiêu.
h) Múc ra bát súp và thưởng thức.

9. Mì cắt dao kiểu Mỹ gốc Hàn

Thời gian chuẩn bị : 15 phút

Thời gian nấu: 25 phút

Khẩu phần: 4 người

THÀNH PHẦN

½ thìa cà phê tỏi băm

4 ½ chén cá cơm khô và nước dùng tảo bẹ hoặc nước

½ muỗng cà phê muối biển mị n

1 thìa cà phê nước tương

Nước để nấu mì

Cà rốt 1,7 ounce, cắt thành dải mỏng

10 ounce kalguksu hoặc mì ramen

1,4 ounce nấm đông cô, thái lát mỏng

Bí xanh 3,5 ounce, cắt thành lát mỏng

Tôm 3,5 ounce, bỏ đầu và đuôi, bỏ ruột

4,5 ounce nghêu cổ nhỏ tươi hoặc đông lạnh, đã làm sạch

1 hành lá, xắt nhỏ

HƯỚNG

1. Bắc hai nồi lên bếp, một nồi chúa nước luộc mì và đun cho đến khi sôi. Người còn lại dùng một cái nồi lớn cho nước luộc tảo bẹ hoặc nước vào rồi đun sôi.

2. Nấu mì trong 3 phút, lọc và rửa sạch khi đã sẵn sàng và đặt sang một bên.

3. Cho cà rốt, nấm và bí xanh vào nồi chính, nấu trong 2 phút rồi thả nghêu và tôm vào thêm 2 phút nữa.

4. Cuối cùng cho mì vào và khuấy đều.

5. Dùng nóng trong bát.

6. Lưu ý. Nếu dùng nước thay vì nước dùng, hãy thêm nước tương và gia vị để tăng thêm hương vị .

10. Súp cổ heo

Thời gian chuẩn bị : 120 phút
Thời gian nấu: 120 phút
Khẩu phần: 4 người

THÀNH PHẦN
1 củ hành tây nhỏ
Cổ heo nặng 3 pound
10 hạt tiêu đen
1 miếng gừng tươi cỡ ngón tay cái, gọt vỏ
3 thìa bột hạt tía tô
10 tép tỏi
3 muỗng canh rượu gạo
1 thìa cà phê gừng xay
3 thìa bột ớt đỏ Hàn Quốc-Mỹ
3 thìa nước mắm
4 củ khoai tây kem nhỏ, gọt vỏ
1 bó bắp cải hoặc cải chíp
5 hành lá, xắt nhỏ
Gia vị cho vừa ăn
10 lá tía tô

HƯỚNG

1. Cho thịt vào nước ngâm 120 phút, sau 60 phút rửa sạch với nước.

2. Sau khi đã sẵn sàng, cho thịt vào nồi lớn, đổ nước vào và đun cho đến khi sôi, để sôi trong 6 phút.

3. Bây giờ lọc lấy nước và rửa sạch thịt bằng nước lạnh.

4. Rửa sạch nồi, sau đó cho thịt vào lại và cho nước vừa đủ ngập thịt.

5. Cho toàn bộ hành tây, 4 tép tỏi, gừng và hạt tiêu vào, đun nóng cho đến khi sôi, vặn lửa nhỏ đun trong 90 phút.

6. Trong khi đó, trộn đều rượu gạo, bột hạt tía tô, ớt đỏ, nước mắm, 6 tép tỏi và bột gừng.

7. Khi nước sốt đã trộn đều, đặt sang một bên.

8. Khi đã sẵn sàng, lấy thịt lợn ra khỏi nước luộc và đặt sang một bên.

9. Loại bỏ gừng, hành tây, hạt tiêu và tỏi, bây giờ cho thịt lợn vào.

10. Cho khoai tây với nước sốt vào trộn đều, nêm gia vị và nấu thêm 20 phút nữa.

11. Cuối cùng cho lá tía tô và bắp cải vào nấu khoảng 2-3 phút.

12. Dọn ra bát với hành lá và hạt tiêu đen ở trên.

MÓN CHÍNH

11. Gyeranbap với rong biển nướng

Phục vụ 1

THÀNH PHẦN
- 1 chén cơm trắng nấu chín, tốt nhất là gạo tươi
- 2 muỗng cà phê dầu mè nướng
- $\frac{3}{4}$ muỗng cà phê nước tương, và nhiều hơn nữa để nếm thử
- 2 quả trứng lớn
- 1 gói gim (5 gram), dùng tay vò nát
- Capers, để phục vụ
- Hạt tiêu vừa mới nghiền

Hướng dẫn
a) Thêm gạo vào tô vừa và đặt sang một bên.
b) Trong chảo chống dính vừa, đun nóng dầu mè và nước tương trên lửa cao. Đập trứng vào. Giảm nhiệt nếu văng quá nhiều, nhưng nếu không thì chỉ nấu cho đến khi lòng trắng bông lên, hơi giòn xung quanh các cạnh và vùng lòng trắng xung quanh lòng đỏ không còn lỏng nữa, khoảng 1 phút (nếu chảo của bạn đủ nóng; lâu hơn nếu không). Ngoài ra, nước tương chắc chắn sẽ làm ố lòng trắng và sủi bọt, biến thành một lớp men dính.
c) Trượt trứng chiên lên cơm, rưới gim lên trên và chấm một ít nụ bạch hoa. Nêm hạt tiêu. Trộn tất cả mọi thứ lại với nhau bằng thìa trước khi nếm thử. Đây là lúc bạn có thể điều chỉnh gia vị, thêm nước tương nếu cần.

12. Bò Thịt bò pulkogi

Thời gian chuẩn bị : 10 phút
Thời gian nấu: 5 phút
Khẩu phần: 4 người

THÀNH PHẦN

- 2 ½ thìa đường trắng
- 1 pound bít tết sườn, thái lát mỏng
- ¼ chén hành lá, xắt nhỏ
- 5 thìa nước tương
- 2 thìa tỏi băm
- ½ muỗng cà phê tiêu đen xay
- 2 muỗng canh dầu mè
- 2 muỗng canh hạt vừng

HƯỚNG

a) Đặt thịt vào một đĩa có mặt thấp.

b) Trộn đều đường, tỏi, nước tương, hạt vừng và dầu, cùng hành lá và tiêu đen vào tô.

c) Rưới lên thịt bò và đậy nắp rồi để yên trong 60 phút, càng lâu càng tốt, thậm chí để qua đêm trong tủ lạnh.

d) Khi đã sẵn sàng, hãy làm nóng vỉ nướng hoặc BBQ và bôi dầu lên vỉ nướng.

e) Sau khi nóng, nướng thịt trong 2 phút cho cả hai mặt và thưởng thức.

13. Sườn ngắn BBQ Mỹ Hàn

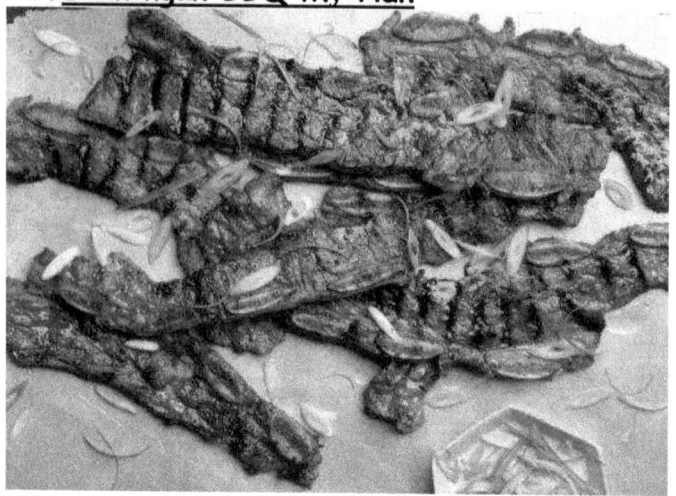

Thời gian chuẩn bị : 15 phút
Thời gian nấu: 10 phút
Khẩu phần: 5 người

THÀNH PHẦN

- 3 muỗng canh giấm trắng
- $\frac{3}{4}$ chén nước tương
- $\frac{1}{4}$ chén đường nâu sẫm
- $\frac{3}{4}$ cốc nước
- 1 muỗng canh tiêu đen
- 2 muỗng canh đường trắng
- $\frac{1}{4}$ chén tỏi băm
- 3 pound sườn ngắn kiểu Hàn-Mỹ, cắt ngang xương
- 2 muỗng canh dầu mè
- $\frac{1}{2}$ củ hành lớn, băm nhỏ

HƯỚNG

a) Trộn đều giấm, nước tương và nước trong bát thủy tinh hoặc bát không gỉ.

b) Bây giờ cho hai đường, dầu, hành, tiêu và tỏi vào đánh đều cho đến khi đường tan hết.

c) Cho sườn vào nước sốt rồi dùng màng bọc thực phẩm bọc lại, cho vào tủ lạnh tối thiểu 7 tiếng.

d) Làm nóng bếp nướng trong vườn khi sẵn sàng nấu.

e) Lấy sườn ra khỏi nước xốt và nướng trong 6 phút mỗi mặt, bày ra đĩa khi đã sẵn sàng.

14. Gà Mỹ Hàn

Thời gian chuẩn bị : 45 phút
Thời gian nấu: 20 phút
Khẩu phần: 4 người

THÀNH PHẦN
- 2 muỗng canh hạt vừng
- 1 – 3 pound gà nguyên con
- $\frac{1}{8}$ muỗng cà phê muối
- $\frac{1}{4}$ chén nước tương
- 1 hành lá, băm nhỏ
- $\frac{1}{8}$ muỗng cà phê tiêu đen xay
- 1 tép tỏi
- 1 muỗng canh đường trắng
- 1 muỗng cà phê bơ đậu phộng
- 1 thìa cà phê bột ngọt

HƯỚNG
a) Dùng dao sắc lấy xương gà ra.
b) Cắt thịt thành từng lát dày $\frac{1}{8}$ inch, vuông 2 inch, xếp thịt vào tô cùng với nước tương.
c) Chiên hạt mè trong chảo khô, cho vào tô gỗ khi chúng bắt đầu nở và thêm muối.
d) Tiếp theo, nghiền nát hạt bằng mặt sau của thìa.
e) Sau khi đã mịn, thêm tỏi, hạt tiêu, đường, hành tây, bột ngọt và dầu vào trộn đều.
f) Trộn thịt gà với nước tương và để ướp trong 30 phút.
g) Sử dụng chảo tương tự như trước và chiên ở nhiệt độ thấp.
h) Khi nó mềm là đã sẵn sàng, bạn có thể cần một ít nước để giữ ấm trong khi nấu.

15. Bít tết Hàn-Mỹ

Thời gian chuẩn bị : 20 phút
Thời gian nấu: 10 phút
Khẩu phần: 6 người

THÀNH PHẦN

- 5 thìa đường trắng
- 2 pound phi lê Rượu Scotch, thái lát mỏng
- 2 ½ thìa hạt vừng
- ½ chén nước tương
- 2 tép tỏi, nghiền nát
- 2 muỗng canh dầu mè
- 5 thìa mirin, rượu ngọt Nhật Bản
- 3 củ hẹ cắt mỏng

HƯỚNG

a) Trộn đều hạt vừng và dầu, tỏi, nước tương, hẹ tây, đường và mirin.

b) Cho thịt vào nước sốt rồi trộn vào thịt, đậy nắp và cho vào tủ lạnh trong 12 giờ.

c) Khi đã sẵn sàng, hãy đun nóng chảo ở lửa vừa và chiên thịt trong 6-8 phút hoặc cho đến khi chín.

d) Ăn kèm cơm chiên hoặc salad.

16. Mì Đó là

Thời gian chuẩn bị : 35 phút
Thời gian nấu: 20 phút
Khẩu phần: 4 người

THÀNH PHẦN

- 2 hành lá, thái nhỏ
- 1 muỗng canh nước tương
- 1 muỗng cà phê hạt vừng
- 1 muỗng canh dầu mè
- 1 tép tỏi, băm nhỏ
- $\frac{1}{4}$ thìa cà phê tiêu đen
- 2 muỗng canh dầu thực vật
- 1 thìa cà phê đường
- $\frac{1}{2}$ cốc cà rốt thái lát mỏng
- ⅓pound thịt bò thăn, thái lát mỏng
- $\frac{1}{4}$ pound bắp cải Napa, thái lát
- 3 lạng mì giấy bóng kính, ngâm trong nước ấm
- $\frac{1}{2}$ chén măng thái lát
- 2 chén rau bina tươi, xắt nhỏ
- 1 thìa đường
- $\frac{1}{4}$ thìa cà phê tiêu đen
- 2 muống canh nước tương
- $\frac{1}{2}$ muỗng cà phê muối

HƯỚNG

a) Dùng tô lớn trộn đều dầu mè và các loại hạt, hành lá, 1 thìa nước tương, thìa đường, tỏi và ¼ thìa tiêu.

b) Trộn thịt bò vào và để trong phòng trong 15 phút.

c) Đặt chảo hoặc chảo lớn nếu bạn có chảo để đun nóng với một ít dầu.

d) Chiên thịt bò cho đến khi có màu nâu rồi cho bắp cải, cà rốt, măng và rau chân vịt vào đảo đều.

e) Tiếp theo cho mì, 1 thìa đường, tiêu, muối và 2 thìa đậu nành vào trộn đều.

f) Trộn đều và giảm nhiệt, nấu cho đến khi nóng đều.

17. Thịt lợn ướp cay kiểu Mỹ Hàn

Thời gian chuẩn bị : 45 phút
Thời gian nấu: 15 phút
Khẩu phần: 8 người

THÀNH PHẦN

- $\frac{1}{2}$ chén tương ớt Hàn-Mỹ
- $\frac{1}{4}$ chén giấm rượu gạo
- 3 thìa tỏi băm
- 2 muỗng canh nước tương
- 2 muỗng canh ớt đỏ
- 3 muỗng canh đường trắng
- $\frac{1}{2}$ muỗng cà phê tiêu đen
- 3 thìa gừng tươi băm nhỏ
- 3 củ hành lá, cắt thành đoạn dài 2 inch
- 1 – 2 pound thịt thăn lợn, cắt thành lát dày $\frac{1}{4}$ inch
- $\frac{1}{2}$ củ hành tây vàng, cắt thành khoanh dày $\frac{1}{4}$ inch
- $\frac{1}{4}$ cốc dầu hạt cải

HƯỚNG

a) Trộn đều đậu nành, tỏi, ớt đỏ, đường, hành lá, giấm, tương ớt, gừng, hành vàng và tiêu đen.

b) Sau khi trộn đều, thêm thịt lợn thái lát vào và phết nước sốt lên thịt lợn, phủ đều.

c) Cho vào túi Ziploc và để trong tủ lạnh trong 3 giờ.

d) Khi đã sẵn sàng nấu, cho dầu vào chảo và chiên từng mẻ trên lửa vừa.

e) Khi bánh chuyển sang màu vàng và không còn màu hồng ở giữa thì đặt ra đĩa.

f) Ăn kèm cơm và salad.

18. Bít tết sườn ướp kiểu Mỹ gốc Hàn

Thời gian chuẩn bị : 15 phút
Thời gian nấu: 15 phút
Khẩu phần: 6 người

THÀNH PHẦN

- 1 củ hành tây, cắt nhỏ
- 4 tép tỏi
- 2 ½ chén nước tương ít natri
- 1 thìa cà phê gừng tươi băm nhỏ
- ¼ chén dầu mè nướng
- 2 muỗng canh chất làm mềm thịt không gia vị
- Bít tết sườn bò 2 pound, đã cắt nhỏ
- 3 muỗng canh sốt Worcestershire
- 1 cốc đường trắng

HƯỚNG

a) Cho gừng, tỏi và hành tây vào máy xay, sau đó thêm dầu mè, đường, nước tương, chất làm mềm và Worcestershire, xay cho đến khi mịn.

b) Khi đã sẵn sàng, hãy thêm nước sốt vào túi hoặc bát Ziploc nếu bạn không có.

c) Dùng dao khía thịt rồi cho vào nước ướp, để trong tủ lạnh qua đêm.

d) Làm nóng vỉ nướng bên ngoài và nướng bít tết trong 5-6 phút mỗi mặt hoặc lâu hơn nếu bạn muốn.

e) Phục vụ.

19. Sườn cừu nướng ngọt với gia vị

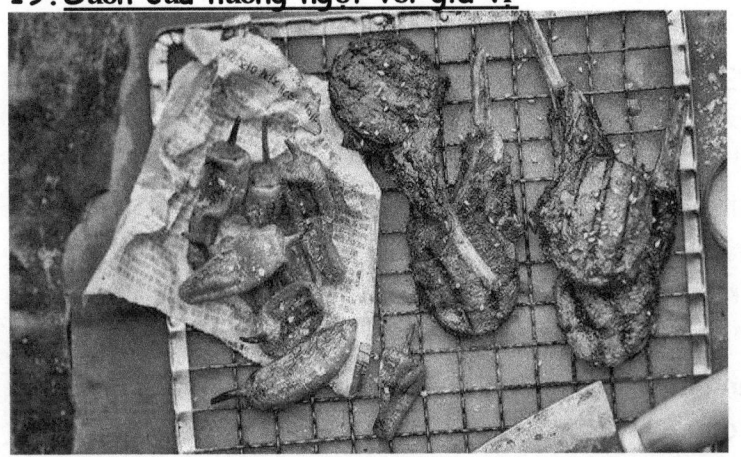

Thời gian chuẩn bị : 15 phút
Thời gian nấu: 10 phút
Khẩu phần: 4 người

THÀNH PHẦN

- 1 muỗng canh tương đậu nành Hàn Quốc-Mỹ
- 2 ounce chất lỏng vì lợi ích
- 2 thìa mirin
- 1 $\frac{1}{4}$ ounce tương ớt Hàn Quốc-Mỹ
- 1 muỗng canh nước tương
- 1 thìa mật ong
- 1 muỗng canh dầu mè
- 16 sườn cừu tỉa kiểu Pháp
- 1 $\frac{1}{2}$ thìa cà phê ớt bột Hàn Quốc-Mỹ
- Hạt mè để phục vụ
- Dầu nấu ăn

HƯỚNG

a) Dùng tô trộn đều bột đậu, rượu sake, nước tương, mật ong, tương ớt, mirin, dầu mè và ớt bột cho đến khi mịn.

b) Đặt thịt cừu vào và phết nước sốt lên khắp chúng.

c) Dùng màng bọc thực phẩm bọc kín bát và cho vào tủ lạnh ít nhất 4 tiếng.

d) Khi đã sẵn sàng nấu, hãy đốt than nướng và bôi mỡ lên vỉ nướng.

e) Bọc xương cừu trong giấy bạc để chúng không bị cháy.

f) Nấu trong khoảng 6-8 phút, lật chúng khi nấu được nửa chừng.

g) Đặt món ăn lên đĩa và kết thúc bằng việc rắc một lớp vừng.

20.Đùi gà nướng kiểu Mỹ Hàn Quốc

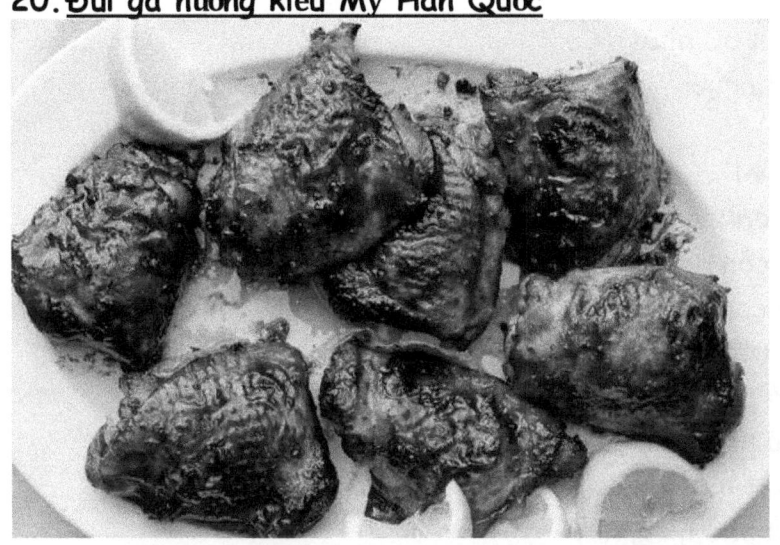

Thời gian chuẩn bị : 10 phút
Thời gian nấu: 60 phút
Khẩu phần: 8 người

THÀNH PHẦN

- ½ chén hành lá băm
- 8 đùi gà còn da
- 3 muỗng canh dầu mè
- ½ chén nước tương
- 2 thìa cà phê tỏi băm
- ¼ thìa cà phê tiêu đen
- 3 thìa mật ong
- ¼ thìa cà phê gừng xay

HƯỚNG

a) Đun nóng bếp ở nhiệt độ 375F.
b) Cho thịt gà còn da vào khay nướng.
c) Trộn đều các nguyên liệu còn lại trong một cái bát.
d) Đổ nước sốt lên trên miếng gà rồi cho vào lò nướng.
e) Nấu trong lò không đậy nắp trong 45 phút.
f) Bây giờ lật gà lại và nấu thêm 15 phút nữa.
g) Phục vụ sau khi nấu chín.

21. Gà và khoai tây cay Hàn Quốc

Thời gian chuẩn bị : 15 phút
Thời gian nấu: phút
Khẩu phần: 4 người

THÀNH PHẦN

- 2 củ cà rốt, cắt thành miếng 2 inch hoặc dùng cả 10 củ cà rốt nhỏ
- 2 ½ pound đùi gà hoặc miếng thịt gà
- 1 củ hành lớn, cắt làm 8
- 2 củ khoai tây lớn, cắt thành khối lớn
- 1 quả ớt chuông xanh thái hạt lựu
- ½ cốc nước
- 2 muỗng canh đường trắng
- 4 tép tỏi, băm nhỏ
- ½ chén nước tương
- 1 thìa cà phê gừng tươi
- 3 muỗng canh tương ớt đỏ Hàn Quốc hoặc nước sốt cay khác

HƯỚNG

a) Cho thịt gà, hành tây, khoai tây, gừng, cà rốt, tỏi và đường vào nồi rồi đun nóng, khuấy đều.
b) Thêm nước tương với nước vào, sau đó trộn với tương ớt.
c) Đun đến khi sôi thì giảm lửa và nấu ở lửa nhỏ trong 45 phút.
d) Cắt cánh khi nước gà trong.
e) Nước sốt sẽ đặc lại khi nó bắt đầu nguội.

MÌ

22. Gỏi Bún Đậu Xanh

Thời gian chuẩn bị : 15 phút
Thời gian nấu: 5 phút
Khẩu phần: 4 người

THÀNH PHẦN
1 củ cà rốt, cạo mỏng
½ chén bột đậu xanh
1 quả dưa chuột Lebanon, cạo mỏng
1 muỗng canh dầu mè
1 quả ớt đỏ dài, thái lát mỏng
2 cốc mizuna hoặc rau diếp xoăn
Để thay đồ
1 muỗng cà phê hạt vừng, nướng
2 muỗng canh nước tương
2 muỗng cà phê xi-rô ngô nhẹ hoặc mật ong
1 muỗng cà phê dầu mè
1 muỗng canh gạo lứt hoặc giấm trắng
2 thìa cà phê đường
1 thìa cà phê bột ớt Hàn Quốc
1 củ hành lá thái mỏng

HƯỚNG

1. Cho bột đậu vào 2 ¾ cốc nước, trộn đều và để yên trong 60 phút.

2. Khi đã sẵn sàng, cho hỗn hợp vào chảo và đun nóng cho đến khi bắt đầu sôi, khuấy liên tục để tránh bị cháy.

3. Khi sôi thì giảm lửa và nấu trong 2 phút.

4. Khi hỗn hợp đặc lại, cho dầu mè và 1 thìa cà phê muối vào khuấy đều.

5. Tắt lửa và đổ hỗn hợp vào khuôn bánh đã phết dầu mỡ, có đường kính khoảng 8 inch.

6. Cho vào tủ lạnh cho đến khi cứng lại, khoảng 60 phút.

7. Khi mì đã chắc, cắt thành từng dải mỏng dài, làm như sợi mì, đặt sang một bên khi mì đã sẵn sàng.

8. Tiếp theo, cho tất cả Nguyên liệu làm nước sốt vào tô và trộn đều.

9. Thêm mizuna, dưa chuột, mì đậu, ớt và cà rốt vào, trộn nhẹ nhàng.

10. Phục vụ.

23. Bún khoai lang và thịt bò xào

Thời gian chuẩn bị : 15 phút
Thời gian nấu: 10 phút
Khẩu phần: 4 người

THÀNH PHẦN

- 2 muỗng canh dầu mè
- ½ pound phi lê mắt bò, thái lát mỏng
- 2 tép tỏi, thái lát mỏng
- ⅓cốc nước tương
- 1 muỗng canh đường bột
- 1 ½ chén nấm châu Á hỗn hợp
- 5 cây nấm đông cô khô
- 2 muỗng canh dầu thực vật
- 1 củ cà rốt, bào sợi
- 2 củ hành tây, thái thành từng miếng mỏng
- 1 muỗng canh hạt mè rang
- ¼ pound bún khoai lang hoặc bún đậu xanh, nấu chín và để ráo nước
- 3 chén rau bina non, chỉ lá

HƯỚNG

a) Cho thịt bò vào tô cùng với nước tương, đường, 2 thìa cà phê dầu mè và tỏi, bọc màng bọc thực phẩm lên trên rồi cho vào tủ lạnh khoảng 30 phút.

b) Trong khi chờ đợi, ngâm nấm khô trong nước sôi khoảng 30 phút, vớt ra để ráo nước rồi thái lát.

c) Tiếp theo, cho 1 thìa dầu thực vật vào chảo hoặc chảo có thành cao.

d) Khi nấm còn nóng, cho nấm đã trộn, 1 thìa dầu mè và nấm hương vào xào khoảng 3 phút, đảo đều rồi nêm gia vị.

e) Bây giờ để ráo thịt bò và để nước xốt ở một bên.

f) Làm nóng chảo hoặc chảo với 1 thìa cà phê dầu mè và phần dầu thực vật còn lại.

g) Chiên hành tây khoảng 3-5 phút cho đến khi vàng thì cho cà rốt vào xào chín mềm.

h) Cho thịt bò vào nấu thêm 2-3 phút nữa.

i) Bây giờ thêm mì, tất cả các loại nấm, rau bina và phần còn lại của dầu mè.

j) Đổ nước xốt vào và nấu thêm 2 phút nữa.

k) Sau khi mọi thứ đã nóng hổi thì bày ra đĩa và hoàn tất bằng cách rắc hạt lên trên.

24. Mì lạnh cay

Thời gian chuẩn bị : 15 phút
Thời gian nấu: 10 phút
Khẩu phần: 4 người

THÀNH PHẦN

- 2 tép tỏi, nghiền nát
- 3 muỗng canh gochujang của Mỹ gốc Hàn, một loại sốt cay nóng
- 1 miếng gừng tươi cỡ ngón tay cái, gọt vỏ và xay nhuyễn
- $\frac{1}{4}$ chén giấm rượu gạo
- 1 muỗng cà phê dầu mè
- 4 củ cải, thái lát mỏng
- 2 muỗng canh nước tương
- 4 quả trứng luộc mềm
- 1 $\frac{1}{2}$ chén mì kiều mạch, nấu chín, để ráo nước và tươi
- 1 quả dưa chuột điện báo, cắt thành miếng lớn
- 2 thìa cà phê, mỗi loại 1 hạt vừng đen và trắng
- 1 cốc kim chi

HƯỚNG

1.Cho nước sốt nóng, tỏi, nước tương, gừng, giấm rượu và dầu mè vào tô và trộn đều.

2. Đặt mì vào và trộn đều, đảm bảo mì được phủ đều nước sốt.

3.Đặt vào bát phục vụ, bây giờ thêm củ cải, kim chi, trứng và dưa chuột vào từng bát.

4. Hoàn thiện bằng việc rắc hạt.

25. Bún sốt đậu đen

Thời gian chuẩn bị : 30 phút
Thời gian nấu: 25 phút
Khẩu phần: 3 người

THÀNH PHẦN

- 1 chén bí xanh, thái hạt lựu thành miếng $\frac{1}{2}$ inch
- $\frac{1}{2}$ pound thịt ba chỉ , cắt thành miếng xúc xắc $\frac{1}{2}$ inch
- 1 chén khoai tây, gọt vỏ và cắt thành khối $\frac{1}{2}$ inch
- 1 chén củ cải hoặc củ cải Hàn-Mỹ, cắt thành miếng xúc xắc $\frac{1}{2}$ inch
- 1 $\frac{1}{2}$ chén hành tây, xắt nhỏ
- 2 thìa bột khoai tây trộn với $\frac{1}{2}$ cốc nước
- 3 muỗng canh dầu thực vật
- 1 muỗng cà phê dầu mè
- 1 cộng $\frac{1}{4}$ chén bột đậu đen
- $\frac{1}{2}$ cốc dưa chuột, thái lát mỏng như que diêm
- Nước
- Bún hoặc cơm để phục vụ

HƯỚNG

a) Thêm 1 muỗng canh dầu thực vật vào chảo hoặc chảo sâu lòng rồi đun nóng.

b) Sau khi chiên thị t lợn còn nóng cho đến khi vàng và giòn, khoảng 5 phút, khuấy đều trong khi chiên.

c) Sau khi hoàn thành, lấy mỡ lợn thừa, cho củ cải vào nấu thêm 1 phút.

d) Tiếp theo, cho hành tây, khoai tây và bí xanh vào xào thêm 3 phút nữa.

e) Bây giờ, đẩy tất cả Nguyên liệu ra mép chảo và cho vào giữa 2 thìa dầu thực vật, thêm $\frac{1}{4}$ cốc bột đậu đen vào, trộn đều rồi khuấy đều mọi thứ từ mép chảo.

f) Đổ 2 cốc nước vào, đậy nắp chảo và nấu trong 10 phút.

g) Kiểm tra xem rau đã chín chưa, nếu có thì thêm nước tinh bột vào và khuấy đều cho đến khi đặc lại.

h) Cuối cùng cho vừng vào và đun nhỏ lửa.

i) Ăn kèm với cơm hoặc mì.

26. Bát mì gà kiểu Mỹ gốc Hàn

Thời gian chuẩn bị : 30 phút
Thời gian nấu: 10 phút
Khẩu phần: 4 người

THÀNH PHẦN

1 – 1 miếng gừng tươi, bào sợi

$\frac{1}{4}$ chén tamari, nước tương đen

1 pound mì spaghetti nguyên hạt

Gia vị cho vừa ăn

2 tép tỏi lớn, xay

2 muỗng canh bột cà chua

1 muỗng canh dầu mè

3 muỗng canh mật ong hoặc xi-rô cây thùa

2 muỗng canh giấm rượu gạo

2 muỗng canh bột cà chua

2 muỗng canh dầu thực vật

$\frac{1}{4}$ bắp cải nhỏ, thái nhỏ

1 bó hành lá, cắt chéo

1 muỗng cà phê nước sốt nóng

Hạt vừng rang để hoàn thiện

1 pound đùi hoặc ức gà, có xương và không da, cắt thành dải

$\frac{1}{2}$ quả ớt chuông đỏ, thái hạt lựu hoặc thái lát

HƯỚNG

1. Đun nóng nồi nước muối sôi rồi luộc mì sao cho mì hơi giòn, không bị nhão.

2. Trong khi đó, cho gừng, tỏi, một ít nước sôi, muối, giấm, mật ong, dầu mè, tamari, nước sốt nóng và bột cà chua vào máy xay, xay cho đến khi mịn.

3. Thêm dầu thực vật vào chảo hoặc chảo và đun nóng.

4. Khi còn nóng, chiên các dải thịt gà cho đến khi vàng khoảng 3 phút, sau đó thêm ớt chuông và bắp cải vào xào thêm 2 phút.

5. Tiếp theo cho nước sốt và hành lá vào nấu thêm 1 phút nữa.

6. Xếp gà lên trên mì và rắc hạt lên trên.

7. Dùng kèm thêm nước sốt cay nếu muốn.

8. Công thức này có thể dùng với thịt lợn nếu cần.

27. Mì cay trứng và dưa chuột

Thời gian chuẩn bị : 10 phút
Thời gian nấu: 5 phút
Khẩu phần: 4 người

THÀNH PHẦN
1 thìa ớt bột Hàn-Mỹ
1 ½ chén kim chi, cắt nhỏ
1 ½ chén giấm gạo lứt
2 thìa tương ớt
2 muỗng canh đường bột
1 muỗng canh dầu mè
¼ pound mì myeon
1 muỗng canh nước tương
½ chén bắp cải hoặc rau diếp thái lát mỏng
1 quả dưa chuột, cắt lát mỏng, bỏ vỏ
2 quả trứng luộc chín, giảm một nửa

HƯỚNG
1.Dùng tô trộn đều tương ớt, nước tương, kim chi, giấm gạo, dầu mè, bột ớt và đường rồi đặt lên một bên.
2. Cho mì vào nước sôi và nấu trong 3-4 phút, sau khi mì mềm thì vớt ra dưới vòi nước lạnh rồi để ráo nước.
3. Cho mì lạnh hoặc mì nguội vào tô đựng nước sốt và trộn đều.
4.Đặt mì vào bát, đặt dưa chuột thái lát, 1 lá vùng, bắp cải hoặc rau diếp lên trên và kết thúc bằng nửa quả trứng.

28. Mì Lạnh Mỹ Hàn

Thời gian chuẩn bị : 15 phút
Thời gian nấu: 10 phút
Khẩu phần: 2 người

THÀNH PHẦN

- 2 chén nước luộc thịt bò
- ¼ pound mì kiều mạch, naengyun không phải soba hoặc memil gooksu
- 1 muỗng canh đường gạo lứt
- 2 chén nước luộc gà, không muối
- 1 muỗng canh giấm gạo nâu
- 1 quả lê châu Á nhỏ, cắt thành lát rất mỏng
- 2 muỗng canh đường trắng
- ½ quả dưa chuột Mỹ-Hàn, bỏ hạt và cắt thành dải mỏng
- 1 quả trứng luộc chín
- Đá viên để phục vụ
- ¼ chén củ cải muối
- Thịt ức hoặc bắp bò nấu chín thái lát mỏng

HƯỚNG

a) Trộn đều nước dùng thịt bò và thịt gà, sau đó cho giấm vào khuấy đều và điều chỉnh gia vị.

b) Cho hỗn hợp vào tủ lạnh để nghỉ 30 phút.

c) Trong khi đó, luộc mì theo hướng dẫn trên bao bì trong nước sôi.

d) Sau khi hoàn tất, làm mới dưới vòi nước lạnh và để ráo nước.

e) Đặt mì vào bát phục vụ.

f) Bây giờ tự do múc nước dùng lên và đặt đá viên lên trên mì.

29. Gỏi Ốc Cay Hàn Quốc

Thời gian chuẩn bị : 20 phút

Thời gian nấu: 10 phút

Khẩu phần: 3-4 người

THÀNH PHẦN

- ½ củ hành tây, thái lát mỏng
- 1 lon lớn hoặc 2 lon nhỏ golbanygi, ốc biển
- ½ củ cà rốt cắt thành que diêm
- ¼ bắp cải, thái lát mỏng
- 1 quả dưa chuột nhỏ, thái lát mỏng theo góc cạnh
- 2 thìa ớt bột Hàn Quốc-Mỹ
- 1 tép tỏi, băm nhuyễn
- 2 muỗng canh giấm rượu gạo
- 2 thìa tương ớt Hàn Quốc-Mỹ
- 1 muỗng canh chiết xuất mận Mỹ gốc Hàn
- 1 hành lá, xắt nhỏ
- 1 thìa đường
- 1 muỗng canh hạt mè rang
- Bún hoặc mì sợi mỏng của người Mỹ gốc Hàn

HƯỚNG

a) Ốc biển để ráo nước nhưng giữ lại 1 thìa nước cốt nếu cắt miếng lớn làm đôi.

b) Dùng tô lớn cho cà rốt, bắp cải, dưa chuột, ốc sên và hành tây vào, đặt sang một bên.

c) Tiếp theo, lấy một chiếc bát nhỏ hơn trộn đều tương ớt, đường, tỏi, ớt bột, nước mận, giấm, nước ốc và hạt vừng để làm nước sốt.

d) Múc rau lên trên và trộn đều, cho vào tủ lạnh trong khi nấu mì.

5. Cho mì vào nước sôi và nấu theo hướng dẫn trên bao bì.

6. Khi đã sẵn sàng, làm mới dưới vòi nước chảy và để ráo nước.

7. Khi đã sẵn sàng dùng, trộn cả hai lại với nhau và thưởng thức.

30. Mì Soba cay

Thời gian chuẩn bị : phút
Thời gian nấu: phút
Khẩu phần: 8-10 người

THÀNH PHẦN

- ½ củ cải hoặc củ cải trắng kiểu Mỹ gốc Hàn, cắt thành dải dài 2 inch, rộng ½ inch
- 1 gói mì soba Hàn Mỹ
- 1 muỗng canh muối
- 1 quả dưa chuột châu Á, cắt đôi, bỏ hạt và cắt theo góc cạnh
- 2 muỗng canh giấm
- 4 quả trứng luộc, giảm một nửa
- 2 thìa đường

CHO NƯỚC SỐT

- ¼ chén nước tương
- ½ củ hành vừa, bóc vỏ và thái hạt lựu
- ½ cốc nước
- 1 tép tỏi
- ½ quả táo, gọt vỏ và thái hạt lựu
- 3 muỗng canh nước hoặc nước ép dứa
- 3 lát dứa bằng quả táo
- ⅓ cốc đường nâu
- 1 chén ớt Hàn Quốc-Mỹ
- 3 thìa mật ong
- ¼ chén đường trắng
- ½ muỗng cà phê bột gừng
- 1 muỗng canh hạt mè rang
- 1 thìa cà phê muối
- 2 muỗng canh dầu mè
- 1 thìa cà phê mù tạt Mỹ-Hàn hoặc Dijon

HƯỚNG

a) Làm nước sốt, trộn đều nước tương với $\frac{1}{2}$ cốc nước vào chảo rồi đun sôi.

b) Sau khi sôi tắt bếp và để qua một bên.

c) Cho hành, tỏi, táo, dứa và 3 thìa nước hoặc nước trái cây vào máy xay, xay cho đến khi nhuyễn.

d) Khuấy hỗn hợp xay nhuyễn vào nước tương và thêm phần còn lại của nguyên liệu làm nước sốt.

e) Đổ hỗn hợp vào hộp kín và để trong tủ lạnh trong 24 giờ.

f) Cho đường, củ cải, muối và giấm vào tô và để yên trong 15-20 phút, sau đó vắt bớt chất lỏng dư thừa ra khỏi hỗn hợp.

g) Cho mì vào nước sôi và nấu theo hướng dẫn, sau khi làm xong hãy cho vào nước lạnh.

h) Khi ăn, cho mì vào đĩa, múc 3 thìa nước sốt và phủ củ cải và dưa chuột lên trên.

i) Nếu sợi mì dài có thể cắt bằng kéo.

31. Mì Hàn-Mỹ với rau củ

Thời gian chuẩn bị : 15 phút
Thời gian nấu: 20 phút
Khẩu phần: 4 người

THÀNH PHẦN

3 muỗng canh dầu mè châu Á
Sợi đậu mỏng 6 ounce
3 thìa đường
$\frac{1}{2}$ cốc tamari
1 muỗng canh dầu cây rum
1 thìa tỏi băm nhỏ
3 củ cà rốt vừa, cắt thành que diêm dày $\frac{1}{8}$
3 chén rau chân vị t non
1 củ hành vừa, cắt thành $\frac{1}{8}$ lát
$\frac{1}{4}$ pound nấm, cắt thành $\frac{1}{8}$ lát

HƯỚNG

1. Cho mì vào nước và ngâm khoảng 10 phút cho mềm rồi vớt ra để ráo nước.
2. Cho mì vào nước sôi trong 2 phút, khi mì mềm thì vớt ra và xả lại bằng nước lạnh.
3. Cho đường, dầu mè và tỏi vào máy xay và xay cho đến khi mị n.
4. Tiếp theo, cho dầu vào chảo 12 inch, khi dầu bắt đầu bốc khói, cho cà rốt và hành tây vào xào trong 3 phút.
5. Bây giờ thêm nấm vào thêm 3 phút nữa, cho rau bina vào đảo trong 30 giây, sau đó cho mì vào.
6. Rưới hỗn hợp tamari vào và trộn đều.
7. Tắt lửa và nấu ở lửa nhỏ trong 4 phút.
8. Dùng nóng hoặc lạnh.

THỨC ẨM ĐƯỜNG PHỐ VÀ MÓN ĂN VẶT

32. Hotteok với rau và mì

Thời gian chuẩn bị : 30 phút
Thời gian nấu: 5 phút
Khẩu phần: 10 người

THÀNH PHẦN
CHO BỘT
- 2 thìa cà phê men khô
- 1 cốc nước ấm
- ½ muỗng cà phê muối
- 2 chén bột mì đa dụng
- 2 thìa đường
- 1 muỗng canh dầu thực vật

ĐỂ ĐIỀN
- 1 thìa đường
- 3 ounce mì tinh bột khoai lang
- ¼ thìa cà phê tiêu đen xay
- 2 muỗng canh nước tương
- 3 ounce hẹ châu Á, cắt nhỏ
- 1 củ hành vừa, thái nhỏ
- 1 muỗng cà phê dầu mè
- Cà rốt 3 ounce, thái hạt lựu nhỏ
- Dầu nấu ăn

HƯỚNG

a) Để làm bột, trộn đường, men và nước ấm vào tô, trộn đều cho đến khi men tan hết, lúc này trộn 1 thìa dầu thực vật và muối vào, trộn đều.

b) Khuấy bột và trộn thành khối bột, sau khi mịn, để bột nghỉ 1 tiếng rưỡi cho bột nở, loại bỏ hết không khí trong khi bột nở, đậy nắp và đặt sang một bên.

c) Trong khi đó, đun sôi một nồi nước và luộc mì, thỉnh thoảng khuấy đều, đậy nắp đun trong 6 phút.

d) Ngâm dưới nước lạnh khi chúng mềm, sau đó để ráo nước.

e) Cắt chúng thành từng miếng $\frac{1}{4}$ inch bằng kéo.

f) Thêm 1 thìa dầu vào chảo hoặc chảo lớn và xào mì trong 1 phút, bây giờ thêm đường, nước tương và hạt tiêu đen vào, đồng thời khuấy đều.

g) Thêm hẹ, cà rốt và hành tây vào rồi trộn đều.

h) Tắt lửa khi hoàn thành.

i) Tiếp theo, cho 1 thìa dầu vào chảo khác và đun nóng, khi dầu nóng thì giảm lửa vừa.

j) Thoa dầu vào tay, lấy $\frac{1}{2}$ cốc bột rồi ấn thành hình tròn dẹt.

k) Bây giờ thêm một ít nhân vào và gấp các cạnh thành một quả bóng, bịt kín các cạnh.

l) Đặt vào chảo với đầu bịt kín, nấu trong 30 giây rồi lật lại và nén xuống để nó có hình tròn khoảng 4 inch, thực hiện việc này bằng thìa.

m) Nấu thêm 2-3 phút nữa cho đến khi nó trở nên giòn và vàng đều.

n) Đặt lên giấy ăn để loại bỏ mỡ thừa và lặp lại với phần bột còn lại.

o) Ăn nóng.

33. Bánh mì trúng

Thời gian chuẩn bị : 10 phút
Thời gian nấu: 15 phút
Khẩu phần: 3 người

THÀNH PHẦN

- 3 thìa đường
- 1 thìa cà phê bột nở
- 1 muỗng canh bơ không muối, tan chảy
- $\frac{1}{2}$ chén bột mì đa dụng
- Một nhúm muối
- $\frac{1}{2}$ muỗng cà phê chiết xuất vani
- 4 quả trứng
- 1 thanh phô mai mozzarella, cắt thành 6 miếng
- $\frac{1}{2}$ cốc sữa
- 1 muỗng cà phê dầu ăn

HƯỚNG

a) Trộn đều muối, bột mì, đường, bơ, vani, 1 quả trứng, bột nở và sữa, đánh cho đến khi mị n

b) Đun nóng bếp ở nhiệt độ 400F, dùng dầu bôi mỡ vào 3 khuôn bánh mì nhỏ, kích thước khuôn khoảng 4×2×1 $\frac{1}{2}$ inch.

c) Đổ bột vào các khuôn đều nhau, đổ đầy $\frac{1}{2}$ khuôn.

d) Đặt 2 miếng phô mai vào trộn đều xung quanh bên ngoài, chừa lại phần giữa trong suốt.

e) Tiếp theo, đập 1 quả trứng vào giữa mỗi hộp thiếc.

f) Nướng trong lò, sử dụng giá giữa trong 13-15 phút, tùy thuộc vào cách bạn thích trứng chín.

g) Lấy khi đã sẵn sàng và phục vụ nóng.

34. Bánh gạo cay nóng

Thời gian chuẩn bị : 10 phút
Thời gian nấu: 30 phút
Khẩu phần: 4-6 người

THÀNH PHẦN

- 4 cốc nước
- Tảo bẹ khô 6×8 inch
- 1 pound bánh gạo hình trụ
- 7 con cá cơm lớn, làm sạch
- ¼cup tương ớt Hàn-Mỹ
- 3 củ hành lá, cắt thành đoạn dài 3 inch
- 1 thìa đường
- ½ pound chả cá
- 1 muỗng canh ớt cay
- 2 quả trứng luộc

HƯỚNG

a) Đặt tảo bẹ và cá cơm vào chảo nông với nước và đun nóng, đun sôi trong 15 phút, không đậy nắp.

b) Dùng một chiếc bát nhỏ trộn đều các hạt tiêu và dán với đường.

c) Lấy tảo bẹ và cá cơm ra khỏi chảo rồi cho bánh gạo, hỗn hợp tiêu, hành lá, trứng và chả cá vào.

d) Nước dùng nên có khoảng 2 ½ cốc.

e) Khi nó bắt đầu sôi, trộn nhẹ nhàng và để nó đặc lại trong 14 phút, bây giờ nó sẽ trông sáng bóng.

f) Thêm một chút nước nếu bánh gạo chưa mềm và nấu lâu hơn một chút.

g) Sau khi sẵn sàng tắt lửa và phục vụ.

35. Bánh xèo hải sản kiểu Mỹ gốc Hàn

Thời gian chuẩn bị : 15 phút
Thời gian nấu: 10 phút
Khẩu phần: 4-6 người

THÀNH PHẦN
CHO BÁNH XẾP

- 2 quả trứng vừa
- 2 chén bánh pancake trộn, người Mỹ gốc Hàn
- $\frac{1}{2}$ muỗng cà phê muối
- 1 $\frac{1}{2}$ cốc nước
- 2 ounce nghêu
- 12 củ hành vừa, cắt nhỏ
- mực 2 ounce
- $\frac{3}{4}$ chén dầu thực vật
- 2 ounce tôm, làm sạch và bỏ chỉ
- 4 quả ớt vừa, thái lát góc

CHO NƯỚC SỐT

- 1 muỗng canh giấm
- 1 muỗng canh nước tương
- 4 quả ớt vừa, thái lát góc
- $\frac{1}{4}$ thìa cà phê tỏi
- 1 muỗng canh nước

HƯỚNG

a) Cho chút muối vào tô nước rồi rửa sạch, để ráo nước, đặt sang một bên.

b) Tiếp theo, dùng một bát riêng trộn đều, nước, ớt đỏ, ớt xanh, nước tương, tỏi và giấm để sang một bên.

c) Dùng một tô khác đánh đều trứng, hỗn hợp pancake, nước lạnh và muối cho đến khi mịn như kem.

d) Đặt chảo lên chảo có chút mỡ và đun nóng.

e) Dùng thước đo $\frac{1}{2}$ cốc và đổ hỗn hợp vào chảo nóng.

f) Xoay xung quanh để trộn đều hỗn hợp, bây giờ đặt 6 miếng hành lá lên trên, thêm ớt và hải sản.

g) Ấn nhẹ thức ăn vào bánh pancake, sau đó thêm $\frac{1}{2}$ cốc hỗn hợp khác lên trên.

h) Nấu cho đến khi đế vàng, khoảng 5 phút.

i) Bây giờ nhẹ nhàng lật bánh lại, thêm một ít dầu xung quanh mép và nấu thêm 5 phút nữa.

j) Sau khi hoàn tất, lật ngược lại và lấy ra khỏi chảo.

k) Làm tương tự với phần bột còn lại.

36. Bánh mì Thịt bò pulkogi thuần chay

Thời gian chuẩn bị : 20 phút
Thời gian nấu: 5-8 phút
Khẩu phần: 4 người

THÀNH PHẦN
- ½ củ hành vừa, thái lát
- 4 bánh hamburger nhỏ
- 4 lá xà lách đỏ
- 2 cốc đậu nành xoăn
- 4 lát phô mai thuần chay
- Mayonnaise hữu cơ

CHO MÓN ướp
- 1 muỗng canh dầu mè
- 2 muỗng canh nước tương
- 1 muỗng cà phê hạt vừng
- 2 muỗng canh cây thùa hoặc đường
- ½ muỗng cà phê tiêu đen xay
- 2 hành lá, xắt nhỏ
- ½ quả lê châu Á, thái hạt lựu, nếu muốn
- ½ muỗng canh rượu trắng
- 1-2 quả ớt xanh Hàn Quốc, thái hạt lựu
- 2 tép tỏi, nghiền nát

HƯỚNG

a) Thực hiện các lọn tóc đậu nành theo hướng dẫn trên gói.

b) Tiếp theo, cho toàn bộ nguyên liệu làm nước xốt vào một tô lớn và trộn đều để tạo thành nước sốt.

c) Loại bỏ nước khỏi các lọn đậu nành bằng cách bóp nhẹ.

d) Thêm các lọn tóc với hành tây thái lát vào hỗn hợp nước xốt và phủ đều.

e) Cho 1 thìa dầu vào chảo nóng, sau đó cho toàn bộ hỗn hợp vào và chiên trong 5 phút, cho đến khi hành và các lọn tóc vàng và nước sốt đặc lại.

f) Trong khi đó, nướng bánh hamburger với pho mát trên bánh mì.

g) Rưới sốt mayonnaise lên, tiếp theo là hỗn hợp cuộn tròn và kết thúc với lá rau diếp ở trên.

37. Bánh trứng và thịt xông khói kiểu Mỹ gốc Hàn

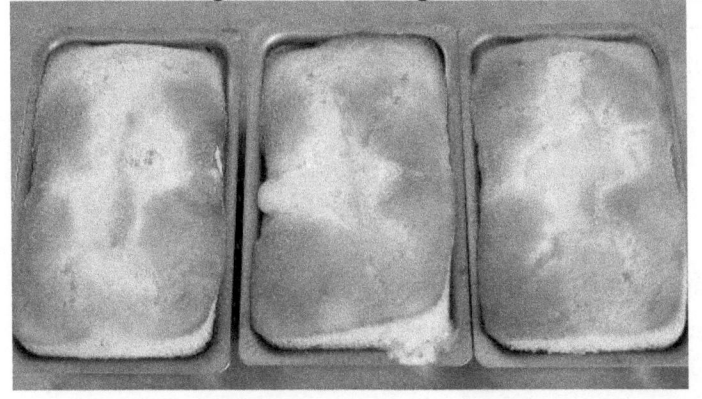

Thời gian chuẩn bị : 25 phút
Thời gian nấu: 15 phút
Khẩu phần: 6 người

THÀNH PHẦN

Đối với bánh mì

½ cốc sữa

¾ cốc bột mì tự nổi hoặc bột mì đa năng với ¼ thìa cà phê bột nở

4 thìa cà phê đường

1 quả trứng

1 muỗng cà phê bơ hoặc dầu ô liu

¼ thìa cà phê muối

¼ thìa cà phê tinh chất vani

Để làm đầy

1 lát thịt xông khói

Muối để nếm

6 quả trứng

HƯỚNG

1. Làm nóng bếp ở nhiệt độ 375F.

2. Trộn đều bằng tô, ¼ thìa cà phê muối, bột mì và 4 thìa cà phê đường.

3. Đập trứng vào hỗn hợp và trộn đều.

4. Đổ từ từ sữa vào, mỗi lần một lượng nhỏ cho đến khi sữa đặc lại.

5. Xị t mỡ vào khuôn nướng bánh, sau đó đặt hỗn hợp bột lên khuôn tạo hình thành 6 hình bầu dục hoặc có thể dùng cốc giấy làm bánh.

6. Nếu tạo hình, hãy tạo những vết lõm nhỏ ở mỗi khuôn và đập một quả trứng vào mỗi lỗ hoặc trên mỗi cốc bánh.

7. Cắt nhỏ thị t xông khói và rắc lên từng miếng, nếu bạn có mùi tây thì thêm một ít.

8. Nấu trong 12-15 phút.

9. Lấy ra và thưởng thức.

38. Cơm cà ri kiểu Mỹ gốc Hàn

Thời gian chuẩn bị : 20 phút
Thời gian nấu: 30 phút
Khẩu phần: 4 người

THÀNH PHẦN

- 1 củ cà rốt vừa, gọt vỏ và thái hạt lựu
- 7 ounce thịt bò, thái hạt lựu
- 2 củ hành tây, xắt nhỏ
- 2 củ khoai tây, gọt vỏ và thái hạt lựu
- ½ thìa cà phê bột tỏi
- Gia vị cho vừa ăn
- 1 quả bí vừa, thái hạt lựu
- Dầu thực vật để nấu ăn
- Hỗn hợp nước sốt cà ri 4 ounce

HƯỚNG

a) Cho một ít dầu vào chảo hoặc chảo sâu lòng rồi đun nóng.

b) Nêm thịt bò và cho dầu vào, khuấy đều và nấu trong 2 phút.

c) Tiếp theo cho hành tây, khoai tây, bột tỏi và cà rốt vào xào thêm 5 phút nữa thì cho bí xanh vào.

d) Đổ 3 cốc nước vào và đun cho đến khi sôi.

e) Tắt lửa và nấu ở mức thấp trong 15 phút.

f) Từ từ thêm hỗn hợp cà ri cho đến khi nó trở nên đặc.

g) Múc cơm lên và thưởng thức.

39. Trúng cuộn ngựa vằn

Thời gian chuẩn bị : phút
Thời gian nấu: phút
Khẩu phần: 1 người

THÀNH PHẦN
- $\frac{1}{4}$ thìa cà phê muối
- 3 quả trứng
- Dầu nấu ăn
- 1 thìa sữa
- 1 tấm rong biển

HƯỚNG
a) Cắt tấm rong biển thành từng miếng.
b) Bây giờ đập trứng vào tô và thêm muối với sữa, đánh đều.
c) Đặt chảo lên bếp đun nóng với một ít dầu, nếu có chảo chống dính sẽ ngon hơn.
d) Đổ lượng trứng vừa đủ ngập đáy chảo rồi rắc rong biển lên trên.
e) Sau khi trứng chín một nửa, cuộn nó lại và đẩy nó sang một bên chảo.
f) Tiếp theo, bôi lại dầu nếu cần và điều chỉnh nhiệt nếu quá nóng, đặt một lớp trứng mỏng khác vào và phủ lại hạt, bây giờ lăn lớp đầu tiên qua một mặt nấu và đặt sang phía bên kia của chảo.
g) Lặp lại thao tác này cho đến khi hết quả trứng.
h) Bật ra một tấm bảng và cắt lát.

40. Bánh óc chó hàng đầu của người Mỹ gốc Hàn

Thời gian chuẩn bị : 10 phút
Thời gian nấu: 10 phút
Khẩu phần: 12 người

THÀNH PHẦN
- 1 lon đậu đỏ azuki
- 1 chén hỗn hợp bánh pancake hoặc bánh quế
- 1 muỗng cà phê chiết xuất vani
- 1 thìa đường
- 1 gói quả óc chó

HƯỚNG
a) Làm hỗn hợp bánh pancake theo hướng dẫn trong gói với lượng đường bổ sung.

b) Sau khi hỗn hợp đã sẵn sàng, cho vào bình có vòi.

c) Dùng 2 khuôn làm bánh cakelet nếu không có bạn có thể dùng khuôn làm bánh muffin, đun trên bếp lửa nhỏ, để lửa cao sẽ cháy.

d) Thêm hỗn hợp vào hộp đầu tiên nhưng chỉ đổ đầy một nửa.

e) Nhanh chóng thêm 1 quả óc chó và 1 muỗng cà phê đậu đỏ vào mỗi chỗ cho phần còn lại của hỗn hợp vào hộp thiếc kia.

f) Tiếp theo, úp hộp thứ nhất lên trên hộp thứ hai, xếp các khuôn lại, nấu thêm 30 giây, khi hộp thứ hai chín thì tắt bếp.

g) Bây giờ hãy tháo hộp thiếc trên cùng và sau đó gắp bánh ra đĩa phục vụ.

41. Bánh mì nướng đường phố

Thời gian chuẩn bị : 15 phút
Thời gian nấu: 8 phút
Khẩu phần: 2 người

THÀNH PHẦN

- ⅔cup bắp cải, cắt thành dải mỏng
- 4 lát bánh mì trắng
- 1 muỗng canh bơ mặn
- ⅛ cốc cà rốt, cắt thành dải mỏng
- 2 quả trứng
- ¼ thìa cà phê đường
- ½ cốc dưa chuột, thái lát mỏng
- Nước sốt cà chua để nếm thử
- 1 muỗng canh dầu ăn
- Mayonnaise để nếm thử
- ⅛ muỗng cà phê muối

HƯỚNG

a) Trong một tô lớn, đập trứng với muối vào, sau đó cho cà rốt và bắp cải vào, trộn đều.

b) Cho dầu vào chảo sâu lòng và đun nóng.

c) Thêm một nửa hỗn hợp vào chảo và tạo thành 2 hình ổ bánh mì, giữ chúng tách biệt.

d) Bây giờ thêm hỗn hợp trứng còn lại lên trên 2 cái trong chảo, điều này sẽ tạo ra hình dạng đẹp.

e) Nấu trong 2 phút rồi lật lại và nấu thêm 2 phút nữa.

f) Hòa tan một nửa số bơ vào chảo riêng, khi còn nóng thì cho hai lát bánh mì vào và lật lại để cả hai mặt đều thấm bơ, tiếp tục chiên cho đến khi vàng đều hai mặt, khoảng 3 phút.

7. Lặp lại với 2 lát còn lại.

8. Sau khi chín, bày ra đĩa phục vụ và thêm $\frac{1}{2}$ lượng đường vào mỗi đĩa.

9. Đổ hỗn hợp trứng chiên lên trên bánh mì.

10. Thêm dưa chuột vào và cho sốt cà chua và sốt mayonnaise lên.

11. Đặt lát bánh mì còn lại lên trên và cắt làm đôi.

42. Rau Chiên Giòn

Thời gian chuẩn bị : phút
Thời gian nấu: phút
Khẩu phần: 15 người

THÀNH PHẦN
- 1 quả ớt đỏ tươi, cắt làm đôi từ trên xuống dưới
- 1 củ cà rốt lớn gọt vỏ và cắt thành $\frac{1}{8}$ dùi cui
- 2 bó nấm kim châm, tách riêng
- 1 quả bí xanh, cắt thành $\frac{1}{8}$ dùi cui
- 4 hành lá, cắt thành đoạn dài 2 inch
- 6 tép tỏi, thái lát mỏng
- 1 củ khoai lang vừa, cắt thành từng miếng nhỏ
- 1 củ khoai tây vừa, cắt thành từng miếng nhỏ
- Dầu thực vật để chiên

CHO BÁNH
- $\frac{1}{4}$ cốc bột ngô
- 1 cốc bột mì đa dụng
- 1 quả trứng
- $\frac{1}{4}$ chén bột gạo
- 1 $\frac{1}{2}$ cốc nước đá lạnh
- $\frac{1}{2}$ muỗng cà phê muối

CHO NƯỚC SỐT
- 1 tép tỏi
- $\frac{1}{2}$ chén nước tương
- 1 củ hành lá
- $\frac{1}{2}$ muỗng cà phê giấm gạo
- $\frac{1}{4}$ muỗng cà phê dầu mè
- 1 thìa cà phê đường nâu

HƯỚNG

a) Đặt một nồi nước lên đun sôi.

b) Cho cà rốt và cả hai loại khoai tây vào nước, tắt bếp và để trong 4 phút, sau đó vớt ra rửa sạch, để ráo nước và lau khô bằng giấy ăn.

c) Trộn hành lá, bí xanh, tỏi và ớt đỏ vào tô và trộn đều.

d) Đối với hỗn hợp bột, tất cả các thành phần khô.

e) Bây giờ đánh đều nước và trứng với nhau, sau đó thêm các nguyên liệu khô vào và trộn đều thành bột.

f) Tiếp theo, làm nước sốt bằng cách trộn đường, giấm, đậu nành và dầu mè với nhau.

g) Thái nhỏ hành lá và tỏi, sau đó trộn vào hỗn hợp đậu nành.

h) Cho đủ dầu vào chảo hoặc chảo sâu lòng, dầu phải sâu khoảng 3 inch.

i) Khi dầu nóng, cho rau qua bột, để phần thừa chảy ra, sau đó chiên trong 4 phút.

j) Xả và lau khô trên giấy ăn khi đã sẵn sàng.

k) Ăn kèm với nước sốt.

MÓN TRÁNG MIỆNG

43. Bánh xèo ngọt ngào của người Mỹ gốc Hàn

Thời gian chuẩn bị : 25 phút
Thời gian nấu: 6 phút
Khẩu phần: 8 người

THÀNH PHẦN

1 muỗng canh đường cát

1 ¾ chén bột mì

2 ¼ thìa cà phê men ăn liền

1 ¼ chén bột gạo ngọt

1 muỗng canh dầu thực vật

1 thìa cà phê muối

5 muỗng canh dầu, để chiên

1 ½ cốc sữa ấm

Để làm đầy

1 thìa cà phê quế

⅔ cup đường nâu

2 muỗng canh các loại hạt thái nhỏ, tùy bạn chọn

HƯỚNG

1. Dùng tô lớn trộn đều men, bột mì, đường và muối, trộn đều.

2. Bây giờ cho 1 thìa dầu vào sữa và khuấy đều vào hỗn hợp khô, đánh trong 2 phút sau đó phủ một miếng vải lên trên và để trong phòng khoảng 60 phút.

3. Khi nó đã tăng gấp đôi kích thước, hãy đập nó trở lại và nghỉ ngơi trong 15 phút.

4. Trong khi đó, trộn đều các nguyên liệu làm nhân và đặt sang một bên.

5. Chia hỗn hợp bột thành 8 miếng, bôi mỡ tay và đặt từng miếng vào tay rồi ấn xuống thành hình đĩa, rộng khoảng 4 inch.

6. Thêm 1 ½ thìa hỗn hợp đường vào giữa, gấp các mép vào giữa và bị t kín.

7. Thêm dầu vào chảo và đun nóng ở mức trung bình đến thấp.

8. Đặt quả bóng vào dầu nóng với mặt bị t kín hướng xuống, sau đó ấn xuống cho dẹt ra, bạn có thể dùng thìa để làm việc này.

9. Nếu bạn phát hiện ra bất kỳ lỗ nào, hãy dùng một ít bột để bị t chúng lại.

10. Nấu trong 3 phút, khi đã giòn thì lật mặt lại và nấu thêm 3 phút nữa.

11. Lấy ra khi vàng.

12. Để nguội một chút trước khi ăn, phần đường ở giữa sẽ nóng.

44. Lê luộc mật ong Hàn-Mỹ

Thời gian chuẩn bị : 5 phút
Thời gian nấu: 20 phút
Khẩu phần: 4 người

THÀNH PHẦN
- ½ ounce gừng tươi, gọt vỏ và thái lát mỏng
- 1 pound lê Mỹ-Hàn, gọt vỏ
- 24 hạt tiêu đen
- 3 cốc nước
- 2 thìa đường hoặc mật ong
- Hạt thông để hoàn thiện nếu muốn

HƯỚNG
a) Cho nước vào chảo và thêm gừng vào, đun nóng cho đến khi sôi và để trong 6-8 phút.
b) Trong khi đó cắt lê thành 8 miếng.
c) Bây giờ hãy ấn 3 hạt tiêu vào từng miếng lê, đảm bảo chúng đi thẳng vào và không rơi ra ngoài.
d) Lấy gừng ra khỏi nước rồi cho đường hoặc mật ong và lê vào đun nhỏ lửa trong 10 phút.
e) Sau khi chín lấy ra để nguội rồi cho vào tủ lạnh cho mát.
f) Dùng lạnh hoặc có thể dùng nóng nếu muốn, rắc thêm hạt nếu dùng.

45. Sorbet sữa đá Hàn-Mỹ

Thời gian chuẩn bị : 3 phút
Thời gian nấu: 3 phút
Khẩu phần: 2 người

THÀNH PHẦN

- 2 thìa bánh gạo mochi nhỏ
- 2 muỗng bột đậu đỏ có đường
- 4 thìa cà phê bột ngũ cốc Hàn-Mỹ
- 2-3 miếng bánh nếp Hàn Mỹ phủ bột đậu nành rang, cắt thành miếng $\frac{3}{4}$ inch
- 4 muỗng cà phê mảnh hạnh nhân tự nhiên
- Đối với băng
- 2 muỗng canh sữa đặc, có đường
- 1 cốc sữa

HƯỚNG

a) Trộn sữa đặc và sữa vào cốc có miệng để rót.

b) Đặt hỗn hợp vào khay đá và đông lạnh cho đến khi thành khối đá, khoảng 5 giờ.

c) Sau khi đã đông lại, hãy lấy và đặt chúng vào máy xay hoặc nếu bạn có thể cạo chúng, hãy xay cho đến khi mị n.

d) Đặt tất cả Nguyên liệu vào tô phục vụ đã được làm lạnh.

e) Đổ 3 thìa kem kem vào đế, sau đó rắc 1 thìa cà phê bột ngũ cốc.

f) Tiếp theo thêm 3 thìa kem kem nữa, tiếp theo là thêm bột ngũ cốc.

g) Bây giờ đặt bánh gạo và đậu lên trên.

h) Rắc hạnh nhân và phục vụ.

46. Bánh gạo xiên Mỹ Hàn

Thời gian chuẩn bị : 10 phút
Thời gian nấu: 10 phút
Khẩu phần: 4 người

THÀNH PHẦN
CHO CHÍNH

- Dầu nấu ăn
- Bánh gạo Mỹ Hàn 32 miếng
- 2 muỗng canh các loại hạt nghiền, tùy bạn chọn hoặc hạt vừng

CHO NƯỚC SỐT

- 1 thìa mật ong
- 1 ½ muỗng canh nước sốt cà chua
- 1 thìa cà phê đường nâu đậm
- 1 muỗng canh tương ớt Hàn Quốc-Mỹ
- ½ muỗng canh nước tương
- ¼ thìa cà phê tỏi băm
- 1 muỗng cà phê dầu mè

HƯỚNG

a) Cho bánh gạo vào nước sôi để bánh mềm chỉ trong 30 giây, sau đó rửa sạch dưới vòi nước lạnh và để ráo nước.

b) Dùng giấy ăn lau khô nước thừa.

c) Đặt chảo thứ hai lên bếp rồi cho nguyên liệu làm nước sốt vào, đun nóng và khuấy đều cho đường hoặc mật ong tan chảy, khuấy liên tục để tránh bị cháy, khi đặc thì vớt ra.

d) Đặt những chiếc bánh vào xiên, đảm bảo nó vừa với chảo của bạn.

e) Đun nóng một ít dầu trong chảo, đặt xiên vào chảo nóng và chiên trong 1 phút.

f) Lấy ra và phết nước sốt lên khắp mặt.

g) Kết thúc với hạt vừng hoặc các loại hạt.

47. Bánh cuộn Kiwi dâu tây kiểu Mỹ gốc Hàn

Thời gian chuẩn bị : 30 phút
Thời gian nấu: 15 phút
Khẩu phần: 8 người

THÀNH PHẦN

- 1 cốc đường
- 11 thìa bột mì đa dụng
- 1 muỗng canh nước
- 6 quả trứng lớn
- 1 muỗng canh nước nóng
- 2 cốc kem đặc
- 3 muỗng canh dầu thực vật
- 1 muỗng cà phê chiết xuất vani
- 1 cốc dâu tây, xắt nhỏ
- 2 thìa mật ong
- 1 cốc kiwi, cắt nhỏ

HƯỚNG

a) Làm nóng bếp ở nhiệt độ 375F và đặt giấy nến lên khay nướng 16×11.

b) Đổ bột qua rây vào tô trộn.

c) Đánh lòng trắng trứng trong 60 giây cho đến khi sủi bọt, sau đó từ từ thêm đường vào và đánh cho đến khi đạt đỉnh, nếu bạn có máy trộn điện thì sẽ tốt hơn.

d) Tiếp theo, nhẹ nhàng thêm từng lòng đỏ vào, đánh đều trong 60 giây giữa các lần thêm, khi tất cả đã cho nước và dầu vào, đánh lại trong 10 giây.

e) Bây giờ trộn bột từ từ và trộn đều.

f) Thêm hỗn hợp bánh vào khay nướng và thả khay vài lần để loại bỏ hết không khí.

g) Nấu trong lò trong 12-15 phút.

h) Khi đã sẵn sàng, lấy ra và đặt giấy da lên trên, sau đó lật ra, lấy giấy ra khỏi đế và đặt lên giá để nguội.

i) Trong khi nó vẫn còn ấm, cuộn nó lại bằng giấy da, để nó bên trong cuộn bánh.

j) Để nguội thêm 10 phút nữa.

k) Trong khi chờ đợi trộn đều mật ong và nước rồi đặt sang một bên.

l) Đánh kem với vani và phần đường còn lại cho đến khi bông lên.

m) Tiếp theo, lấy bánh ra và trải ra, lấy giấy ra và cắt một góc một đầu để hoàn thiện.

n) Phết mật ong lên bánh, sau đó là kem.

o) Thêm kiwi và dâu tây vào, sau đó cuộn lại, giữ tròn bằng cách lót giấy nến xung quanh bên ngoài.

p) Để trong tủ lạnh trong 20 phút để giữ hình dạng của nó.

q) Lấy lát và phục vụ.

48. Món tráng miệng Yakwa của người Mỹ gốc Hàn

Thời gian chuẩn bị : 25 phút
Thời gian nấu: 35 phút
Khẩu phần: 6-8 người

THÀNH PHẦN

- $\frac{1}{4}$ cốc rượu soju
- 2 $\frac{1}{4}$ chén bột bánh ngọt hoặc bột protein vừa
- $\frac{1}{4}$ cốc mật ong
- $\frac{1}{4}$ chén dầu mè
- 1 thìa cà phê bột nở
- 2 muỗng canh hạt thông cắt nhỏ
- $\frac{1}{8}$ muỗng cà phê muối
- 2 muỗng canh bơ tan chảy
- $\frac{1}{4}$ muỗng cà phê baking soda
- Đối với xi-rô
- 2 cốc nước
- 1 cốc si-rô gạo
- 1 muỗng canh gừng tươi xay
- 1 cốc mật ong

HƯỚNG

a) Đun nóng bếp ở nhiệt độ 250F.

b) Cho muối, baking soda, bột mì và bột mì vào tô rồi trộn đều.

c) Bây giờ thêm dầu mè vào và dùng tay trộn đều.

d) Dùng một chiếc bát nhỏ hơn trộn đều mật ong và rượu soju với nhau, sau đó thêm vào hỗn hợp bột, trộn nhẹ nhàng.

e) Sau khi đã có bột thì chia làm 2 phần.

f) Đặt 1 nửa lên mặt bàn và cán thành hình chữ nhật dày $\frac{1}{4}$ inch.

g) Cắt thành từng miếng 1×1 inch hoặc có thể cắt chéo để tạo thành hình thoi.

h) Dùng nĩa tạo các lỗ ở trên và phết bơ lên trên mỗi lỗ.

i) Đặt trên khay nướng và nướng trong lò trong 15 phút.

j) Trong khi đó, thêm mật ong, nước và xi-rô gạo vào chảo hoặc chảo và đun nóng khuấy cho sôi, sau đó tắt lửa và cho gừng vào khuấy đều, để sang một bên.

k) Bật bếp lên 300F và đun thêm 10 phút nữa.

l) Bây giờ, hãy vặn bếp lần cuối ở nhiệt độ 350F và nấu thêm 7 phút nữa hoặc cho đến khi chín vàng.

m) Sau khi lấy ra, cho ngay vào si-rô và để trong $\frac{1}{2}$ giờ, càng lâu càng tốt.

n) Lấy ra khi phục vụ và rắc hạt thông.

49. Pudding khoai mì kiểu Mỹ gốc Hàn

Thời gian chuẩn bị : phút
Thời gian nấu: phút
Khẩu phần: 6 người

THÀNH PHẦN
2 ½ lòng đỏ trứng lớn
3 cốc sữa nguyên chất
¼ cốc đường
⅛cup trân châu bột sắn nhỏ
1 hạt vani
¼ thìa cà phê chiết xuất vani nguyên chất
3 thìa trà chanh mật ong Mỹ gốc Hàn
½ muỗng cà phê muối

HƯỚNG
1. Đổ sữa vào khay đựng 4 cốc, cho ¾ cốc vào chảo có đế nặng rồi cho bột sắn vào, để trong 60 phút.
2. Đánh đều lòng đỏ trứng, đường và muối, cắt hạt vani và loại bỏ hạt, cho vào ngăn đựng 4 cốc.
3. Khi bột sắn đã chín thì trộn hỗn hợp sữa trứng vào rồi đặt lên bếp đun đến khi sôi, đừng quên khuấy đều.
4. Khi sôi thì giảm lửa và đun nhỏ lửa trong 20 phút.
5. Tắt bếp và trộn chiết xuất vani với trà Mỹ-Hàn.
6. Phục vụ khi đã sẵn sàng.

50. Bánh Gạo Cay Hàn-Mỹ

Thời gian chuẩn bị : phút
Thời gian nấu: phút
Khẩu phần: 1 người

THÀNH PHẦN

- 2 thìa cà phê đường
- 1 chén bánh gạo
- 1 thìa cà phê nước tương
- 2 thìa cà phê tương đậu cay Hàn Quốc
- Hạt mè để hoàn thiện
- $\frac{3}{4}$ cốc nước

HƯỚNG

a) Cho nước vào nồi cùng với bột đậu và đường, đun nóng cho đến khi sôi.

b) Bây giờ thả bánh gạo vào, giảm lửa và nấu ở mức thấp trong 10 phút.

c) Phục vụ khi đã sẵn sàng.

51. Lê nướng trong hoành thánh và mật ong, mascarpone quế

Thời gian chuẩn bị : 20 phút
Thời gian nấu: 45 phút
Khẩu phần: 4 người

THÀNH PHẦN
- ½ muỗng cà phê quế xay, chia
- 2 quả lê Hàn Quốc-Mỹ
- ½ cốc cộng thêm 1 thìa mật ong, chia
- 4 - 6×6 giấy gói hoành thánh
- ¼ cốc mascarpone
- 1 ½ muỗng canh bơ không muối tan chảy

HƯỚNG
a) Làm nóng bếp ở nhiệt độ 375F và lót khay nướng bằng giấy da.
b) Cắt ½ inch khỏi phần đế và phần trên của quả lê.
c) Bây giờ hãy gọt vỏ và cắt ngang ở giữa, lấy hạt ra
d) Đặt giấy gói trên một bề mặt phẳng khô, thêm nửa quả lê vào mỗi giấy gói và rắc quế, sau đó rắc lên một ít mật ong khoảng 1 muỗng canh.
e) Nâng các góc lên và bị t kín bằng mật ong.
f) Đặt những thứ này lên khay nướng và nướng trong lò trong 45 phút, nếu bánh có màu quá nhiều chỉ cần phủ một ít giấy bạc lên trên.
g) Trộn phần còn lại của mật ong, quế và mascarpone thành một hỗn hợp mị n.
h) Phục vụ các gói với mascarpone.

52. Bánh gạo ngọt tốt cho sức khỏe

Thời gian chuẩn bị : phút
Thời gian nấu: phút
Khẩu phần: 10 người

THÀNH PHẦN
- ½ chén kabocha khô hoặc loại bí ngô khác
- 1 chén đậu nành đen ngâm
- 10 hạt dẻ, cắt làm tư
- 12 quả chà là khô
- ½ chén quả óc chó, cắt làm tư
- ⅓ chén bột hạnh nhân
- 5 chén bột gạo ướt đông lạnh, rã đông
- 3 thìa đường

HƯỚNG
a) Rửa sạch bí ngô bằng một thìa nước, thêm nhiều nước hơn nếu cần để làm mềm.

b) Dùng tô lớn trộn đường, bột hạnh nhân và bột gạo với nhau, trộn đều.

c) Bây giờ thêm 2 thìa nước vào và dùng tay chà xát vào nhau, cố gắng làm cho hỗn hợp không bị vón cục.

d) Tiếp theo, trộn các nguyên liệu còn lại vào và khuấy đều.

e) Đặt chảo hấp lên bếp rồi dùng khăn ướt lót rổ.

f) Thêm hỗn hợp bằng thìa lớn và dàn phẳng, đặt một miếng vải lên trên và hấp trong ½ giờ.

g) Lấy ra khi đã sẵn sàng và nguội, khi bạn có thể xử lý được thì lật ra và lật lên bề mặt làm việc.

h) Cởi vải ra và cắt và tạo hình để phục vụ các lọ thuốc.

BỮA TRƯA ẤM ÁP

53. Bát burrito gà

THÀNH PHẦN

Sốt kem Chipotle

- ½ cốc sữa chua Hy Lạp không béo
- 1 quả ớt chipotle sốt adobo, băm nhỏ hoặc nhiều hơn tùy khẩu vị
- 1 tép tỏi, băm nhỏ
- 1 muỗng canh nước cốt chanh mới vắt

bát burrito

- ⅔ chén gạo lứt
- 1 muỗng canh dầu ô liu
- 1 pound thịt gà xay
- ½ muỗng cà phê ớt bột
- ½ thìa cà phê bột tỏi
- ½ thìa cà phê thì là xay
- ½ muỗng cà phê lá oregano khô
- ¼ thìa cà phê bột hành
- ¼ thìa cà phê ớt bột
- Muối Đồ ăn kiêng và hạt tiêu đen mới xay, vùa ăn
- 1 (15 ounce) lon đậu đen, để ráo nước và rửa sạch
- 1 ¾ chén hạt ngô (đông lạnh, đóng hộp hoặc rang)
- ½ cốc Mỏ của gà trống (tự làm hoặc mua ở cửa hàng)

HƯỚNG

a) ĐỐI VỚI SỐT KEM CHIPOTLE: Đánh đều sữa chua, ớt chipotle, tỏi và nước cốt chanh. Đậy nắp và để lạnh tối đa 3 ngày.

b) Nấu cơm theo hướng dẫn trên bao bì trong nồi lớn với 2 cốc nước; để qua một bên.

c) Đun nóng dầu ô liu trong nồi lớn hoặc lò nướng kiểu Hà Lan trên lửa vừa cao. Thêm thịt gà xay, bột ớt, bột tỏi, thì là, lá oregano, bột hành và ớt bột; Nêm với muối và hạt tiêu. Nấu cho đến khi gà chín vàng, từ 3 đến 5 phút, nhớ vò nát gà khi nấu; tiêu mỡ thừa.

d) Chia cơm vào các hộp đựng chuẩn bị bữa ăn. Phủ hỗn hợp thịt gà xay, đậu đen, ngô và Mỏ của gà trống lên trên. Sẽ bảo quản trong tủ lạnh từ 3 đến 4 ngày. Rưới sốt kem chipotle. Trang trí với ngò và chanh nếu muốn và thưởng thức. Hâm nóng lại trong lò vi sóng trong khoảng thời gian 30 giây cho đến khi nóng hoàn toàn.

54. Tikka masala gà

THÀNH PHẦN

- 1 chén gạo basmati
- 2 muỗng canh bơ không muối
- 1 ½ pound ức gà không xương, không da, cắt thành khối 1 inch
- Muối Đồ ăn kiêng và hạt tiêu đen mới xay, vừa ăn
- 1 củ hành tây, thái hạt lựu
- 2 muỗng canh bột cà chua
- 1 muỗng canh gừng tươi xay
- 3 tép tỏi, băm nhỏ
- 2 muỗng cà phê garam masala
- 2 thìa cà phê ớt bột
- 2 thìa cà phê bột nghệ
- 1 (28-ounce) lon cà chua thái hạt lựu
- 1 chén nước dùng gà
- ⅓cốc kem đặc
- 1 thìa nước cốt chanh tươi
- ¼ chén lá ngò tươi xắt nhỏ (tùy chọn)
- 1 quả chanh, cắt thành múi (tùy chọn)

HƯỚNG

a) Nấu cơm theo hướng dẫn trên bao bì trong nồi lớn với 2 cốc nước; để qua một bên.

b) Đun chảy bơ trong chảo lớn trên lửa vừa. Nêm gà với muối và hạt tiêu. Thêm thịt gà và hành tây vào chảo và nấu, thỉnh thoảng khuấy cho đến khi vàng, từ 4 đến 5 phút. Khuấy bột cà chua, gừng, tỏi, garam masala, bột ớt và nghệ rồi nấu cho đến khi kết hợp tốt, từ 1 đến 2 phút. Khuấy cà chua thái hạt lựu và thịt gà. Đun sôi; giảm nhiệt và đun nhỏ lửa, thỉnh thoảng khuấy cho đến khi hơi đặc, khoảng 10 phút.

c) Khuấy kem, nước cốt chanh và thịt gà rồi nấu cho đến khi nóng đều, khoảng 1 phút.

d) Đặt hỗn hợp cơm và thịt gà vào hộp đựng chuẩn bị bữa ăn. Trang trí với ngò và chanh nếu muốn và thưởng thức. Sẽ bảo quản trong tủ lạnh từ 3 đến 4 ngày. Hâm nóng lại trong lò vi sóng trong khoảng thời gian 30 giây cho đến khi nóng hoàn toàn.

55. Bát gà Hy Lạp

THÀNH PHẦN

Gà và gạo

- 1 pound ức gà không xương, không da
- $\frac{1}{4}$ cốc cộng với 2 thìa dầu ô liu, chia đều
- 3 tép tỏi, băm nhỏ
- Nước ép của 1 quả chanh
- 1 muỗng canh giấm rượu vang đỏ
- 1 muỗng canh lá oregano khô
- Muối Đồ ăn kiêng và hạt tiêu đen mới xay, vừa ăn
- $\frac{3}{4}$ chén gạo lứt

Salad dưa chuột

- 2 quả dưa chuột Anh, gọt vỏ và thái lát
- $\frac{1}{2}$ chén hành đỏ thái lát mỏng
- Nước ép của 1 quả chanh
- 2 muỗng canh dầu ô liu nguyên chất
- 1 muỗng canh giấm rượu vang đỏ
- 2 tép tỏi, ép
- $\frac{1}{2}$ muỗng cà phê lá oregano khô

Nước sốt Tzatziki

- 1 cốc sữa chua Hy Lạp
- 1 quả dưa chuột Anh, thái hạt lựu
- 2 tép tỏi, ép
- 1 muỗng canh thì là tươi xắt nhỏ
- 1 muỗng cà phê vỏ chanh bào
- 1 muỗng canh nước cốt chanh mới vắt
- 1 muỗng cà phê bạc hà tươi xắt nhỏ (tùy chọn)
- Muối Đồ ăn kiêng và hạt tiêu đen mới xay, vừa ăn
- 2 muỗng canh dầu ô liu nguyên chất
- 1 $\frac{1}{2}$ pound cà chua bi, giảm một nửa

HƯỚNG

a) **ĐỐI VỚI GÀ:** Trong túi ziplock cỡ gallon, trộn thịt gà, ¼ chén dầu ô liu, tỏi, nước cốt chanh, giấm và lá oregano; Nêm với muối và hạt tiêu. Ướp gà trong tủ lạnh ít nhất 20 phút hoặc tối đa 1 giờ, thỉnh thoảng lật túi. Xả thịt gà và loại bỏ nước xốt.

b) Đun nóng 2 muỗng canh dầu ô liu còn lại trong chảo lớn trên lửa vừa cao. Thêm thịt gà vào và nấu, lật một lần cho đến khi chín, khoảng 3 đến 4 phút mỗi mặt. Để nguội trước khi cắt thành từng miếng vừa ăn.

c) Nấu cơm trong nồi lớn với 2 cốc nước theo hướng dẫn trên bao bì.

d) Chia cơm và thịt gà vào các hộp đựng thức ăn. Sẽ giữ được trong tủ lạnh tối đa 3 ngày.

e) **ĐỐI VỚI MÓN SALAD DƯA CHUỘT:** Trộn dưa chuột, hành tây, nước cốt chanh, dầu ô liu, giấm, tỏi và lá oregano vào một cái bát nhỏ. Đậy nắp và để lạnh tối đa 3 ngày.

f) **ĐỐI VỚI SỐT TZATZIKI:** Kết hợp sữa chua, dưa chuột, tỏi, thì là, vỏ chanh và nước ép, và bạc hà (nếu dùng) trong một bát nhỏ. Nêm muối và hạt tiêu cho vừa ăn rồi rưới dầu ô liu lên. Đậy nắp và để lạnh ít nhất 10 phút, để hương vị hòa quyện. Có thể để tủ lạnh từ 3 đến 4 ngày.

g) Để phục vụ, hãy hâm nóng cơm và thịt gà trong lò vi sóng trong khoảng thời gian 30 giây cho đến khi chín đều. Rưới salad dưa chuột, cà chua và sốt Tzatziki lên trên rồi thưởng thức.

56. Bát thịt bò chuẩn bị cho bữa ăn của người Mỹ gốc Hàn

THÀNH PHẦN

- ⅔ chén gạo trắng hoặc gạo lứt
- 4 quả trứng vừa
- 1 muỗng canh dầu ô liu
- 2 tép tỏi, băm nhỏ
- 4 chén rau bina xắt nhỏ

Thịt bò Mỹ gốc Hàn

- 3 muỗng canh đường nâu đóng gói
- 3 muỗng canh nước tương giảm natri
- 1 muỗng canh gừng tươi xay
- 1 ½ muỗng cà phê dầu mè
- ½ muỗng cà phê sriracha (tùy chọn)
- 2 muỗng cà phê dầu ô liu
- 2 tép tỏi, băm nhỏ
- 1 pound thịt bò xay
- 2 củ hành xanh, thái lát mỏng (tùy chọn)
- ¼ muỗng cà phê hạt vừng (tùy chọn)

HƯỚNG

a) Nấu cơm theo hướng dẫn trên bao bì; để qua một bên.

b) Đặt trứng vào một cái chảo lớn và phủ nước lạnh khoảng 1 inch. Đun sôi và nấu trong 1 phút. Đậy nắp nồi thật kín và tắt bếp; để yên trong 8 đến 10 phút. Xả sạch và để nguội trước khi gọt vỏ và cắt làm đôi.

c) Đun nóng dầu ô liu trong chảo lớn trên lửa vừa cao. Thêm tỏi vào và nấu, khuấy thường xuyên cho đến khi có mùi thơm, từ 1 đến 2 phút. Khuấy rau bina và nấu cho đến khi héo, từ 2 đến 3 phút; để qua một bên.

d) Đối với thịt bò: Trong một bát nhỏ, trộn đường nâu, nước tương, gừng, dầu mè và tương ớt Sriracha nếu dùng.

e) Đun nóng dầu ô liu trong chảo lớn trên lửa vừa cao. Thêm tỏi vào và nấu, khuấy liên tục cho đến khi có mùi thơm, khoảng 1 phút. Thêm thịt bò xay vào và nấu cho đến khi chín vàng, từ 3 đến 5 phút, đảm bảo làm nát thịt bò khi nấu; tiêu mỡ thừa. Khuấy hỗn hợp nước tương và hành lá cho đến khi hòa quyện, sau đó đun nhỏ lửa cho đến khi nóng đều, khoảng 2 phút.

f) Đặt hỗn hợp cơm, trứng, rau bina và thịt bò xay vào hộp đựng đồ ăn và trang trí với hành lá và hạt vừng nếu muốn. Sẽ bảo quản trong tủ lạnh từ 3 đến 4 ngày.

g) Hâm nóng lại trong lò vi sóng trong khoảng thời gian 30 giây cho đến khi nóng hoàn toàn.

57. Súp gà và ramen hũ Thợ nề

THÀNH PHÀN

- 2 gói mì yakisoba đông lạnh (5,6 ounce)
- 2 ½ muỗng canh nước luộc rau cô đặc có hàm lượng natri thấp (chúng tôi thích)
- 1 ½ muỗng canh nước tương ít natri
- 1 muỗng canh giấm rượu gạo
- 1 muỗng canh gừng tươi xay
- 2 thìa cà phê sambal oelek (tương ớt tươi xay), hoặc nhiều hơn tùy khẩu vị
- 2 thìa cà phê dầu mè
- 2 chén gà quay xé nhỏ còn sót lại
- 3 chén rau chân vị t non
- 2 củ cà rốt, gọt vỏ và xay nhuyễn
- 1 chén nấm shiitake thái lát
- ½ chén lá ngò tươi
- 2 củ hành xanh, thái lát mỏng
- 1 muỗng cà phê hạt vừng

HƯỚNG

a) Trong một nồi nước sôi lớn, nấu yakisoba cho đến khi mềm, từ 1 đến 2 phút; thoát nước tốt.

b) Trong một bát nhỏ, trộn nước cốt, nước tương, giấm, gừng, sambal oelek và dầu mè.

c) Chia hỗn hợp nước dùng vào 4 lọ thủy tinh miệng rộng có nắp đậy hoặc các hộp chị u nhiệt khác. Phủ yakisoba, thị t gà, rau bina, cà rốt, nấm, ngò, hành lá và hạt vừng lên trên. Đậy nắp và để lạnh tối đa 4 ngày.

d) Để phục vụ, mở lọ và thêm đủ nước nóng để ngập lượng bên trong, khoảng 1 ¼ cốc. Lò vi sóng, không đậy nắp, cho đến khi nóng hoàn toàn, từ 2 đến 3 phút. Để yên 5 phút, khuấy đều và dùng ngay.

58. Bò nước sốt thịt lọ Thơ nề

THÀNH PHẦN

- 2 muỗng canh dầu ô liu
- 1 pound thịt bò xay
- 1 pound xúc xích Ý, đã bỏ vỏ
- 1 củ hành tây, băm nhỏ
- 4 tép tỏi, băm nhỏ
- 3 lon (14,5 ounce) cà chua thái hạt lựu, để ráo nước
- 2 (15-ounce) lon nước sốt cà chua
- 3 lá nguyệt quế
- 1 thìa cà phê lá oregano khô
- 1 muỗng cà phê húng quế khô
- $\frac{1}{2}$ muỗng cà phê húng tây khô
- 1 thìa cà phê muối đồ ăn kiêng
- $\frac{1}{2}$ thìa cà phê tiêu đen mới xay
- 2 gói (16 ounce) phô mai mozzarella ít béo, cắt thành khối
- 32 ounce fusilli lúa mì nguyên hạt chưa nấu chín, nấu theo hướng dẫn trên bao bì; khoảng 16 cốc đã nấu chín

HƯỚNG

a) Đun nóng dầu ô liu trong chảo lớn trên lửa vừa cao. Thêm thịt bò xay, xúc xích, hành tây và tỏi. Nấu cho đến khi chín vàng, từ 5 đến 7 phút, đảm bảo nghiền nát thịt bò và xúc xích khi nấu; tiêu mỡ thừa.

b) Chuyển hỗn hợp thịt bò xay vào nồi nấu chậm 6 lít. Khuấy cà chua, nước sốt cà chua, lá nguyệt quế, lá oregano, húng quế, húng tây, muối và hạt tiêu. Đậy nắp và nấu ở nhiệt độ thấp trong 7 giờ 45 phút. Mở nắp và vặn nồi nấu chậm lên mức cao. Tiếp tục nấu trong 15 phút, cho đến khi nước sốt đặc lại. Bỏ lá nguyệt quế và để nước sốt nguội hoàn toàn.

c) Chia nước sốt vào 16 lọ thủy tinh miệng rộng có nắp đậy hoặc các hộp chịu nhiệt khác. Phủ phô mai mozzarella và fusilli lên trên. Làm lạnh tối đa 4 ngày.

d) Để phục vụ, cho vào lò vi sóng, không đậy nắp, cho đến khi nóng hoàn toàn, khoảng 2 phút. Khuấy để kết hợp.

59. Mì nướng kiểu Ý lọ Thơ nè

THÀNH PHẦN

- 3 mì mì nướng kiểu Ý
- 1 muỗng canh dầu ô liu
- ½ pound thịt thăn xay
- 1 củ hành tây, thái hạt lựu
- 2 tép tỏi, băm nhỏ
- 3 muỗng canh bột cà chua
- 1 thìa cà phê gia vị Ý
- 2 lon (14,5 ounce) cà chua thái hạt lựu
- 1 quả bí vừa, nạo
- 1 củ cà rốt lớn, bào sợi
- 2 chén rau bina thái nhỏ
- Muối Đồ ăn kiêng và hạt tiêu đen mới xay, vừa ăn
- 1 cốc phô mai ricotta ít béo
- 1 chén phô mai mozzarella cắt nhỏ, chia
- 2 muỗng canh lá húng quế tươi xắt nhỏ

HƯỚNG

a) Trong một nồi nước muối sôi lớn, nấu mì ống theo hướng dẫn trên bao bì; thoát nước tốt. Cắt mỗi sợi mì thành 4 miếng; để qua một bên.

b) Đun nóng dầu ô liu trong chảo lớn hoặc lò nướng Hà Lan trên lửa vừa cao. Thêm thịt thăn xay và hành tây vào rồi nấu cho đến khi chín vàng, từ 3 đến 5 phút, đảm bảo làm nát thịt bò khi nấu; tiêu mỡ thừa.

c) Khuấy tỏi, bột cà chua và gia vị Ý và nấu cho đến khi có mùi thơm, từ 1 đến 2 phút. Khuấy cà chua, giảm nhiệt và đun nhỏ lửa cho đến khi hơi đặc lại, từ 5 đến 6 phút. Khuấy bí xanh, cà rốt và rau bina rồi nấu, khuấy thường xuyên cho đến khi mềm, từ 2 đến 3 phút. Nêm muối và hạt tiêu cho vừa ăn. Đặt nước sốt sang một bên.

d) Trong một bát nhỏ, trộn ricotta, $\frac{1}{2}$ cốc phô mai mozzarella và húng quế; nêm muối và hạt tiêu cho vừa ăn

e) Làm nóng lò ở nhiệt độ 375 độ F. Thoa nhẹ dầu vào 4 lọ thủy tinh miệng rộng (16 ounce) có nắp đậy hoặc các hộp đựng an toàn cho lò nướng khác hoặc phủ một lớp xịt chống dính.

f) Đặt 1 miếng mì ống vào mỗi lọ. Chia một phần ba nước sốt vào lọ. Lặp lại với lớp mì ống và nước sốt thứ hai. Phủ hỗn hợp ricotta, mì ống còn lại và nước sốt còn lại lên trên. Rắc $\frac{1}{2}$ cốc phô mai mozzarella còn lại.

g) Đặt lọ trên một tấm nướng bánh. Cho vào lò nướng và nướng cho đến khi sủi bọt, từ 25 đến 30 phút; nguội hoàn toàn. Làm lạnh tối đa 4 ngày.

60. Súp giải độc gừng miso

THÀNH PHẦN

- 2 muỗng cà phê dầu mè nướng
- 2 muỗng cà phê dầu hạt cải
- 3 tép tỏi, băm nhỏ
- 1 muỗng canh gừng tươi xay
- 6 chén nước luộc rau
- 1 tờ kombu, cắt thành miếng nhỏ
- 4 muỗng cà phê tương miso trắng
- 1 gói nấm đông cô (3,5 ounce), thái lát (khoảng 2 cốc)
- Đậu hủ cứng 8 ounce, cắt khối
- 5 cải chíp nhỏ, cắt nhỏ
- ¼ chén hành lá thái lát

HƯỚNG

a) Đun nóng dầu mè và dầu hạt cải trong nồi lớn hoặc lò nướng kiểu Hà Lan ở lửa vừa. Thêm tỏi và gừng vào nấu, khuấy thường xuyên cho đến khi có mùi thơm, từ 1 đến 2 phút. Khuấy nước kho, kombu và tương miso rồi đun sôi. Đậy nắp, giảm nhiệt và đun nhỏ lửa trong 10 phút. Khuấy nấm và nấu cho đến khi mềm, khoảng 5 phút.

b) Khuấy đậu phụ và cải chíp rồi nấu cho đến khi đậu phụ nóng lên và cải thìa mềm, khoảng 2 phút. Khuấy hành lá. Phục vụ ngay lập tức.

c) Hoặc, để chuẩn bị trước, hãy để nước kho nguội hoàn toàn ở cuối bước 1. Sau đó cho đậu phụ, cải chíp và hành lá vào trộn đều. Chia vào các hộp kín, đậy kín và để trong tủ lạnh tối đa 3 ngày. Để hâm nóng lại, đặt vào lò vi sóng trong khoảng thời gian 30 giây cho đến khi nóng hoàn toàn.

61. Khoai lang nhồi

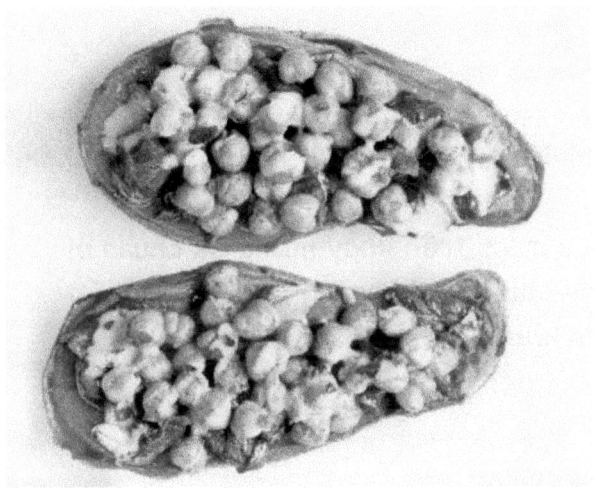

NĂNG LƯỢNG: 4 PHỤC VỤ

THÀNH PHẦN

- 4 củ khoai lang vừa

HƯỚNG

a) Làm nóng lò ở nhiệt độ 400 độ F. Lót giấy nến hoặc giấy nhôm vào khay nướng.

b) Đặt khoai lang thành một lớp trên khay nướng đã chuẩn bị sẵn. Nướng cho đến khi chín mềm, khoảng 1 giờ 10 phút.

c) Hãy nghỉ ngơi cho đến khi đủ mát để xử lý.

62. Khoai tây nhồi gà Mỹ Hàn

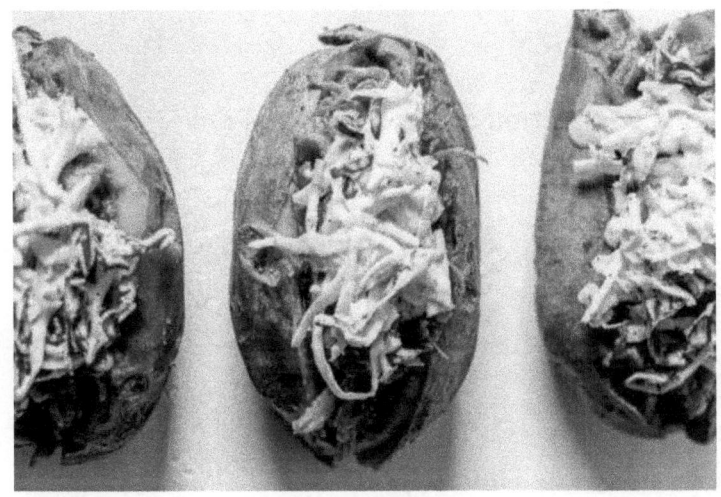

THÀNH PHẦN

- ½ chén giấm rượu gạo
- 1 thìa đường
- Muối Đồ ăn kiêng và hạt tiêu đen mới xay, vừa ăn
- 1 cốc cà rốt que diêm
- 1 củ hẹ lớn, thái lát
- ¼ muỗng cà phê ớt đỏ nghiền nát
- 2 thìa cà phê dầu mè
- 1 (10-ounce) gói rau bina tươi
- 2 tép tỏi, băm nhỏ
- 4 củ khoai lang nướng (tại đây)
- 2 chén gà mè Hàn Mỹ cay (tại đây)

HƯỚNG

a) Trong một cái chảo nhỏ, trộn giấm, đường, 1 thìa cà phê muối và ¼ cốc nước. Đun sôi trên lửa vừa. Khuấy cà rốt, hẹ tây và ớt đỏ. Tắt bếp và để yên trong 30 phút.

b) Đun nóng dầu mè trong chảo lớn trên lửa vừa. Khuấy rau bina và tỏi và nấu cho đến khi rau bina héo, từ 2 đến 4 phút. Nêm muối và hạt tiêu cho vừa ăn.

c) Cắt đôi khoai tây theo chiều dọc và nêm muối và hạt tiêu. Phủ thịt gà, hỗn hợp cà rốt và rau bina lên trên.

d) Chia khoai lang vào các hộp đựng chuẩn bị bữa ăn. Làm lạnh tối đa 3 ngày. Hâm nóng lại trong lò vi sóng trong khoảng thời gian 30 giây cho đến khi nóng hoàn toàn.

63. Khoai tây nhồi cải xoăn và ớt đỏ

THÀNH PHẦN

- 1 muỗng canh dầu ô liu
- 2 tép tỏi, băm nhỏ
- 1 củ hành ngọt, thái hạt lựu
- 1 muỗng cà phê ớt bột xông khói
- 1 quả ớt chuông đỏ, thái lát mỏng
- 1 bó cải xoăn, bỏ cuống và cắt nhỏ lá
- Muối Đồ ăn kiêng và hạt tiêu đen mới xay, vừa ăn
- 4 củ khoai lang nướng
- ½ cốc phô mai feta ít béo vụn

HƯỚNG

a) Đun nóng dầu ô liu trong chảo lớn trên lửa vừa. Thêm tỏi và hành tây vào nấu, khuấy thường xuyên cho đến khi hành tây trong suốt, từ 2 đến 3 phút. Khuấy ớt bột và nấu cho đến khi có mùi thơm, khoảng 30 giây.

b) Khuấy ớt chuông và nấu cho đến khi mềm giòn, khoảng 2 phút. Khuấy cải xoăn, mỗi lần một ít và nấu cho đến khi có màu xanh tươi và chỉ héo, từ 3 đến 4 phút.

c) Cắt đôi khoai tây và nêm muối và hạt tiêu. Top với hỗn hợp cải xoăn và feta.

d) Chia khoai lang vào các hộp đựng chuẩn bị bữa ăn.

64. Khoai tây nhồi gà mù tạt

THÀNH PHẦN

- 1 muỗng canh dầu ô liu
- 2 chén đậu xanh tươi cắt nhỏ
- 1 ½ chén nấm cremini cắt tư
- 1 củ hẹ, băm nhỏ
- 1 tép tỏi, băm nhỏ
- 2 muỗng canh lá mùi tây tươi xắt nhỏ
- Muối Đồ ăn kiêng và hạt tiêu đen mới xay, vừa ăn
- 4 củ khoai lang nướng (tại đây)
- 2 chén gà mù tạt mật ong (tại đây)

HƯỚNG

a) Đun nóng dầu ô liu trong chảo lớn trên lửa vừa. Thêm đậu xanh, nấm và hẹ tây vào nấu, khuấy thường xuyên cho đến khi đậu xanh mềm giòn, khoảng 5 đến 6 phút. Khuấy tỏi và mùi tây và nấu cho đến khi có mùi thơm, khoảng 1 phút. Nêm muối và hạt tiêu cho vừa ăn.

b) Cắt đôi khoai tây theo chiều dọc và nêm muối và hạt tiêu. Top với hỗn họp đậu xanh và thịt gà.

c) Chia khoai lang vào các hộp đựng chuẩn bị bữa ăn. Làm lạnh tối đa 3 ngày. Hâm nóng lại trong lò vi sóng trong khoảng thời gian 30 giây cho đến khi nóng hoàn toàn.

65.Đậu đen và khoai tây nhồi Mỏ của gà trống

THÀNH PHẦN

Đậu đen

- 1 muỗng canh dầu ô liu
- ½ củ hành ngọt, thái hạt lựu
- 1 tép tỏi, băm nhỏ
- 1 thìa cà phê ớt bột
- ½ thìa cà phê thì là xay
- 1 lon đậu đen (15,5 ounce), rửa sạch và để ráo nước
- 1 muỗng cà phê giấm táo
- Muối Đồ ăn kiêng và hạt tiêu đen mới xay, vừa ăn

Mỏ của gà trống

- 2 quả cà chua mận, thái hạt lựu
- ½ củ hành ngọt, thái hạt lựu
- 1 jalapeño, bỏ hạt và băm nhỏ
- 3 muỗng canh lá ngò tươi cắt nhỏ
- 1 muỗng canh nước cốt chanh mới vắt
- Muối Đồ ăn kiêng và hạt tiêu đen mới xay, vừa ăn
- 4 củ khoai lang nướng (tại đây)
- 1 quả bơ, cắt đôi, bỏ hạt, gọt vỏ và thái hạt lựu
- ¼ cốc kem chua nhẹ

HƯỚNG

a) ĐỐI VỚI ĐẬU: Đun nóng dầu ô liu trong chảo vừa trên lửa vừa. Thêm hành tây và nấu, khuấy thường xuyên cho đến khi trong suốt, từ 2 đến 3 phút. Khuấy tỏi, bột ớt và thì là và nấu cho đến khi có mùi thơm, khoảng 1 phút.

b) Khuấy đậu và ⅔ cốc nước. Đun sôi, giảm nhiệt và nấu cho đến khi giảm, khoảng 10 đến 15 phút. Dùng máy nghiền khoai tây, nghiền đậu cho đến khi đạt được độ mịn và độ đặc như mong muốn. Khuấy giấm và nêm muối và hạt tiêu cho vừa ăn.

c) ĐỐI VỚI MỎ CỦA GÀ TRỐNG: Kết hợp cà chua, hành tây, ớt jalapeño, ngò và nước cốt chanh vào tô vừa. Nêm muối và hạt tiêu cho vừa ăn.

d) Cắt đôi khoai tây theo chiều dọc và nêm muối và hạt tiêu. Phủ hỗn hợp đậu đen và Mỏ của gà trống lên trên.

e) Chia khoai lang vào các hộp đựng chuẩn bị bữa ăn. Làm lạnh tối đa 3 ngày. Hâm nóng lại trong lò vi sóng trong khoảng thời gian 30 giây cho đến khi nóng hoàn toàn.

66. Mì bí ngòi với thịt viên gà tây

THÀNH PHẦN

- 1 pound gà tây xay
- ⅓ cốc panko
- 3 muỗng canh Parmesan mới xay
- 2 lòng đỏ trứng lớn
- ¾ thìa cà phê lá oregano khô
- ¾ muỗng cà phê húng quế khô
- ½ muỗng cà phê mùi tây khô
- ¼ thìa cà phê bột tỏi
- ¼ muỗng cà phê ớt đỏ nghiền nát
- Muối Đồ ăn kiêng và hạt tiêu đen mới xay, vừa ăn
- 2 pound (3 vừa) bí xanh, xoắn ốc
- 2 thìa cà phê muối đồ ăn kiêng
- 2 chén nước sốt marinara (tự làm hoặc mua ở cửa hàng)
- ¼ cốc phô mai Parmesan mới bào

HƯỚNG

a) Làm nóng lò ở nhiệt độ 400 độ F. Thoa nhẹ dầu vào đĩa nướng 9x13 inch hoặc phủ một lớp xịt chống dính.

b) Trong một tô lớn, trộn gà tây xay, panko, Parmesan, lòng đỏ trứng, lá oregano, húng quế, rau mùi tây, bột tỏi và ớt đỏ; Nêm với muối và hạt tiêu. Dùng thìa gỗ hoặc tay sạch trộn đều cho đến khi hòa quyện. Lăn hỗn hợp thành 16 đến 20 viên thịt, mỗi viên có đường kính từ 1 đến $1\frac{1}{2}$ inch.

c) Đặt các viên thịt vào khay nướng đã chuẩn bị sẵn và nướng trong vòng 15 đến 18 phút, cho đến khi chín vàng đều; để qua một bên.

d) Đặt bí xanh vào một cái chao phía trên bồn rửa. Thêm muối và trộn nhẹ nhàng để kết hợp; hãy ngồi trong 10 phút. Trong một nồi nước sôi lớn, nấu bí xanh trong 30 giây đến 1 phút; thoát nước tốt.

e) Chia bí xanh vào các hộp đựng chuẩn bị bữa ăn. Phủ thịt viên, sốt marinara và phô mai Parmesan lên trên. Sẽ bảo quản trong tủ lạnh từ 3 đến 4 ngày. Hâm nóng trong lò vi sóng, không đậy nắp, trong khoảng thời gian 30 giây cho đến khi nóng hoàn toàn.

67. Thịt viên dễ làm

Năng suất khoảng 18 viên thị t

THÀNH PHẦN

- 20 oz. (600g) ức gà tây xay thêm nạc
- ½ cốc (40g) bột yến mạch
- 1 quả trứng
- 2 cốc (80 g) rau bina, cắt nhỏ (tùy chọn)
- 1 thìa cà phê bột tỏi
- ¾ thìa cà phê muối
- ½ thìa cà phê tiêu

HƯỚNG

a) Làm nóng lò ở nhiệt độ 350F (180C).

b) Trộn tất cả nguyên liệu vào một cái bát.

c) Cuộn thị t thành những viên thị t có kích thước bằng quả bóng gôn và chuyển sang đĩa nướng có phun 9x13" (30x20cm).

d) Nướng trong 15 phút.

68. Súp 3 Thành Phần

Mang lại 8 phần ăn

THÀNH PHẦN

- 2 15 oz. (mỗi loại 425g) đậu lon (mình dùng 1 lon đậu đen và 1 lon đậu trắng), để ráo nước/rửa sạch
- 1 15 oz. (425g) cà chua thái hạt lựu
- 1 cốc (235mL) nước luộc gà/rau, muối và tiêu cho vừa ăn

HƯỚNG

a) Kết hợp tất cả các thành phần trong chảo trên lửa vừa cao. Đun sôi.

b) Sau khi sôi, đậy nắp và đun nhỏ lửa trong 25 phút.

c) Sử dụng máy xay ngâm (hoặc chuyển sang máy xay/máy chế biến thông thường theo mẻ) để xay nhuyễn súp đến độ đặc mong muốn.

d) Ăn nóng với sữa chua Hy Lạp thay thế kem chua, phô mai cheddar ít béo và hành lá!

e) Kéo dài đến 5 ngày trong tủ lạnh.

69. Nước xốt nấu chậm Thổ Nhĩ Kỳ

Mang lại 6 phần ăn

THÀNH PHẦN

- 20 oz. (600g) ức gà tây xay thêm nạc
- 1 15,5 oz. lọ (440g) nước xốt
- muối và hạt tiêu cho vùa ăn (tùy chọn)

HƯỚNG

a) Thêm gà tây xay và nước xốt vào nồi nấu chậm của bạn.

b) Biến nhiệt xuống thấp. Để nấu trong 6-8 giờ, chậm và nhỏ. Khuấy một hoặc hai lần trong suốt thời gian nấu. (Nấu ở nhiệt độ cao trong 4 giờ nếu bạn đang thiếu thời gian).

c) Ăn kèm với nước xốt lạnh, sữa chua Hy Lạp thay thế kem chua, phô mai hoặc hành lá!

d) Bảo quản ngăn mát tủ lạnh 5 ngày, ngăn đông 3-4 tháng.

70. Burrito-Bát-Trong-Một-Jar

Mang lại 1 lọ

THÀNH PHẦN
- 2 muỗng canh nước xốt
- ¼ cốc (40g) đậu/đậu nước xốt ⅓cốc (60g) cơm/quinoa
- 3 oz. (85g) gà tây nạc xay, thịt gà hoặc protein tùy chọn
- 2 muỗng canh phô mai cheddar ít béo
- 1 ½ cốc (60g) rau diếp/rau xanh
- 1 muỗng canh sữa chua Hy Lạp ("kem chua")
- ¼ quả bơ

HƯỚNG
a) Xếp tất cả các Thành phần của bạn vào lọ.
b) Bảo quản để ăn sau.
c) Khi ăn bạn đổ hũ ra đĩa hoặc tô trộn đều và thưởng thức nhé!
d) Bảo quản được 4-5 ngày trong tủ lạnh.

BỮA TRƯA LẠNH

71. Bát chuẩn bị bữa ăn Thịt

THÀNH PHẦN

- 2 ½ thìa cà phê ớt bột
- 1 ½ thìa cà phê thì là xay
- 1 ½ thìa cà phê lá oregano khô
- 1 thìa cà phê muối đồ ăn kiêng, hoặc nhiều hơn tùy khẩu vị
- ½ muỗng cà phê tiêu đen xay, hoặc nhiều hơn tùy khẩu vị
- 1 (3 pound) thịt thăn lợn, cắt bỏ mỡ thừa
- 4 tép tỏi, bóc vỏ
- 1 củ hành tây, cắt thành múi
- Nước ép của 2 quả cam
- Nước ép của 2 quả chanh
- 8 chén cải xoăn thái nhỏ
- 4 quả cà chua mận, xắt nhỏ
- 2 (15-ounce) lon đậu đen, để ráo nước và rửa sạch
- 4 chén hạt ngô (đông lạnh, đóng hộp hoặc rang)
- 2 quả bơ, cắt đôi, bỏ hạt, gọt vỏ và thái hạt lựu
- 2 quả chanh, cắt thành miếng vuông

HƯỚNG

a) Trong một bát nhỏ, trộn bột ớt, thì là, lá oregano, muối và tiêu. Ướp thịt lợn với hỗn hợp gia vị , xát đều các mặt.

b) Cho thịt lợn, tỏi, hành tây, nước cam và nước cốt chanh vào nồi nấu chậm. Đậy nắp và nấu ở mức thấp trong 8 giờ hoặc ở mức cao trong 4 đến 5 giờ.

c) Lấy thịt lợn ra khỏi nồi và xé thịt. Cho nó trở lại nồi và trộn với nước trái cây; nêm muối và hạt tiêu, nếu cần. Đậy nắp và giữ ấm thêm 30 phút.

d) Đặt thịt lợn, cải xoăn, cà chua, đậu đen và ngô vào hộp đựng đồ ăn. Sẽ bảo quản trong tủ lạnh từ 3 đến 4 ngày. Ăn kèm với bơ và chanh.

72. Salad xúc xích Thành phố ở hoa ky

THÀNH PHẦN

- 2 muỗng canh dầu ô liu nguyên chất
- 1 ½ muỗng canh mù tạt vàng
- 1 muỗng canh giấm rượu vang đỏ
- 2 thìa cà phê hạt anh túc
- ½ thìa cà phê muối cần tây
- một nhúm muối
- Muối Đồ ăn kiêng và hạt tiêu đen mới xay, vừa ăn
- 1 cốc quinoa
- 4 chiếc xúc xích gà tây giảm béo
- 3 chén cải xoăn thái nhỏ
- 1 cốc cà chua bi cắt đôi
- ⅓ chén hành trắng thái hạt lựu
- ¼ chén ớt thể thao
- 8 ngọn dưa muối thì là

HƯỚNG

a) ĐỂ LÀM DỪA: Trộn đều dầu ô liu, mù tạt, giấm, hạt anh túc, muối cần tây và đường trong một tô vừa. Nêm muối và hạt tiêu cho vừa ăn. Đậy nắp và để lạnh trong 3 đến 4 ngày.

b) Nấu quinoa theo hướng dẫn trên bao bì trong nồi lớn với 2 cốc nước; để qua một bên.

c) Làm nóng lò nướng ở mức trung bình cao. Cho xúc xích vào nướng và nấu cho đến khi có màu vàng nâu và cháy nhẹ ở tất cả các mặt, từ 4 đến 5 phút. Để nguội và cắt thành miếng vừa ăn.

d) Chia hạt quinoa, xúc xích, cà chua, hành tây và ớt vào các hộp đựng chuẩn bị bữa ăn. Bảo quản tủ lạnh được 3 đến 4 ngày.

e) Để phục vụ, đổ nước sốt lên trên món salad và trộn nhẹ nhàng. Dùng ngay, trang trí bằng dưa chua nếu muốn.

73. Bát taco cá

THÀNH PHẦN

Sốt chanh ngò

- 1 chén rau mùi đóng gói lỏng lẻo, bỏ cuống
- ½ cốc sữa chua Hy Lạp
- 2 tép tỏi,
- Nước ép 1 quả chanh
- Một chút muối đồ ăn kiêng
- ¼ chén dầu ô liu nguyên chất
- 2 muỗng canh giấm táo

Cá rô phi

- 3 muỗng canh bơ không muối, tan chảy
- 3 tép tỏi, băm nhỏ
- Vỏ bào của 1 quả chanh
- 2 muỗng canh nước cốt chanh mới vắt, hoặc nhiều hơn tùy theo khẩu vị
- 4 phi lê cá rô phi (4 ounce)
- Muối Đồ ăn kiêng và hạt tiêu đen mới xay, vừa ăn
- ⅔ cốc quinoa
- 2 chén cải xoăn thái nhỏ
- 1 chén bắp cải đỏ thái nhỏ
- 1 chén hạt ngô (đóng hộp hoặc rang)
- 2 quả cà chua mận, thái hạt lựu
- ¼ cốc bánh tortilla nghiền nát
- 2 muỗng canh lá ngò tươi cắt nhỏ

HƯỚNG

a) ĐỂ LÀM MÓN: Trộn ngò, sữa chua, tỏi, nước cốt chanh và muối vào tô của máy xay thực phẩm. Khi động cơ đang chạy, thêm dầu ô liu và giấm vào từ từ cho đến khi nhũ hóa. Đậy nắp và để lạnh trong 3 đến 4 ngày.

b) ĐỐI VỚI CÁ NGÔ: Làm nóng lò nướng ở nhiệt độ 425 độ F. Thoa nhẹ dầu lên đĩa nướng 9x13 inch hoặc phủ một lớp xị t chống dính.

c) Trong một bát nhỏ, trộn đều bơ, tỏi, vỏ chanh và nước cốt chanh. Nêm cá rô phi với muối và hạt tiêu rồi cho vào đĩa nướng đã chuẩn bị sẵn. Rưới hỗn hợp bơ lên.

d) Nướng cho đến khi cá bong ra dễ dàng bằng nĩa, từ 10 đến 12 phút.

e) Nấu quinoa theo hướng dẫn trên bao bì trong nồi lớn với 2 cốc nước. Để nguội.

f) Chia quinoa vào các hộp đựng chuẩn bị bữa ăn. Phủ cá rô phi, cải xoăn, bắp cải, ngò, cà chua và khoai tây chiên lên trên.

g) Khi ăn, rưới nước sốt chanh ngò, trang trí bằng ngò nếu muốn.

74. Salad cobb thu hoạch

THÀNH PHẦN

Nước sốt hạt anh túc

- $\frac{1}{4}$ cốc sữa 2%
- 3 muỗng canh dầu ô liu sốt mayonnaise
- 2 thìa sữa chua Hy Lạp
- 1 $\frac{1}{2}$ thìa đường, hoặc nhiều hơn tùy khẩu vị
- 1 muỗng canh giấm táo
- 1 muỗng canh hạt anh túc
- 2 muỗng canh dầu ô liu

Xa lát

- Bí đao 16 ounce, cắt thành khối 1 inch
- 16 ounce cải Bruxelles, giảm một nửa
- 2 nhánh húng tây tươi
- 5 lá xô thơm tươi
- Muối Đồ ăn kiêng và hạt tiêu đen mới xay, vừa ăn
- 4 quả trứng vừa
- 4 lát thịt xông khói, thái hạt lựu
- 8 chén cải xoăn thái nhỏ
- 1 ⅓ chén cơm hoang nấu chín

HƯỚNG

a) ĐỐI VỚI MẶT NẠ: Đánh đều sữa, sốt mayonnaise, sữa chua, đường, giấm và hạt anh túc trong một cái bát nhỏ. Đậy nắp và để lạnh tối đa 3 ngày.

b) Làm nóng lò ở nhiệt độ 400 độ F. Thoa nhẹ dầu lên khay nướng hoặc phủ một lớp xịt chống dính.

c) Đặt bí và cải Bruxelles lên khay nướng đã chuẩn bị sẵn. Thêm dầu ô liu, húng tây và cây xô thơm rồi trộn nhẹ nhàng để kết hợp; Nêm với muối và hạt tiêu. Xếp thành một lớp đều và nướng, quay một lần trong 25 đến 30 phút cho đến khi mềm; để qua một bên.

d) Trong khi đó, đặt trứng vào một cái chảo lớn và phủ nước lạnh khoảng 1 inch. Đun sôi và nấu trong 1 phút. Đậy nắp nồi thật kín và tắt bếp; để yên trong 8 đến 10 phút. Xả sạch và để nguội trước khi gọt vỏ và cắt lát.

e) Đun nóng chảo lớn trên lửa vừa cao. Thêm thịt xông khói và nấu cho đến khi có màu nâu và giòn, từ 6 đến 8 phút; tiêu mỡ thừa. Chuyển sang đĩa có lót khăn giấy; để qua một bên.

f) Để chế biến các món salad, hãy đặt cải xoăn vào hộp đựng chuẩn bị bữa ăn; xếp các hàng bí, cải Bruxelles, thịt xông khói, trứng và lúa dại lên trên. Sẽ bảo quản trong tủ lạnh từ 3 đến 4 ngày. Ăn kèm với nước sốt hạt anh túc.

75. Salad lõi ngô súp lơ trâu

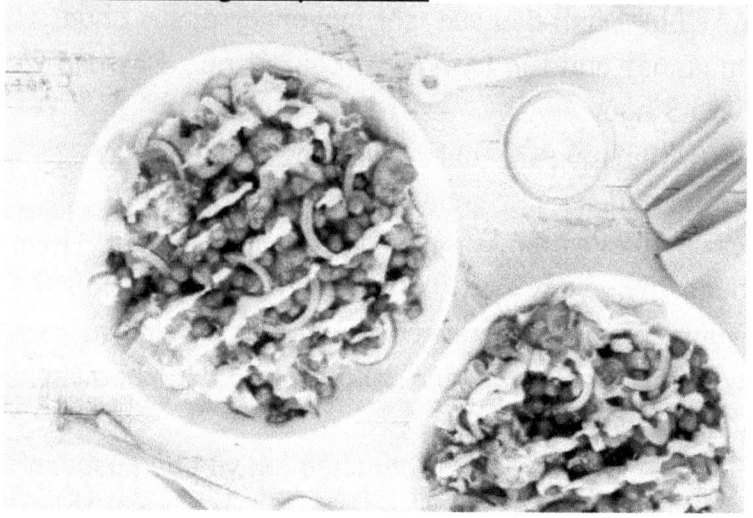

THÀNH PHẦN

- 3-4 chén hoa súp lơ
- 1 15 oz. Đậu xanh có thể để ráo nước, rủa sạch và vỗ nhẹ cho khô
- 2 muỗng cà phê dầu bơ
- $\frac{1}{2}$ thìa cà phê tiêu
- $\frac{1}{2}$ muỗng cà phê muối biển
- $\frac{1}{2}$ chén nước sốt cánh trâu
- 4 cốc romaine tươi, xắt nhỏ
- $\frac{1}{2}$ chén cần tây, xắt nhỏ
- $\frac{1}{4}$ chén hành đỏ, thái lát
- Nước sốt trang trại thuần chay dạng kem:
- $\frac{1}{2}$ chén hạt điều sống, ngâm 3-4 tiếng hoặc qua đêm
- $\frac{1}{2}$ cốc nước ngọt
- 2 thìa cà phê thì là khô
- 1 thìa cà phê bột tỏi
- 1 thìa cà phê bột hành
- $\frac{1}{2}$ muỗng cà phê muối biển
- nhúm hạt tiêu đen

HƯỚNG

a) Đặt lò nướng ở nhiệt độ 450°F.

b) Thêm súp lơ, đậu xanh, dầu, hạt tiêu và muối vào tô lớn và trộn đều.

c) Đổ hỗn hợp lên khay nướng hoặc đá. Nướng trong 20 phút. Lấy khay nướng ra khỏi lò, rưới nước sốt trâu lên hỗn hợp và trộn đều. Nướng thêm 10-15 phút nữa hoặc cho đến khi đậu xanh giòn và súp lơ được rang theo ý thích của bạn. Lấy ra khỏi lò.

d) Cho hạt điều đã ngâm và để ráo nước vào máy xay công suất lớn hoặc máy chế biến thực phẩm cùng với 1/2 cốc nước, thì là, bột tỏi, bột hành, muối và tiêu. Xay đến khi mịn.

e) Lấy hai bát salad và thêm 2 cốc romaine cắt nhỏ, 1/4 cốc cần tây và 1/8 cốc hành tây vào mỗi bát. Top với súp lơ trâu rang và đậu xanh. Rưới nước lên quần áo và tận hưởng!

Bát đựng củ cải đường và cải Bruxelles

THÀNH PHẦN

- 3 củ cải vừa (khoảng 1 pound)
- 1 muỗng canh dầu ô liu
- Muối Đồ ăn kiêng và hạt tiêu đen mới xay, vừa ăn
- 1 cốc Tiếng Farro
- 4 chén rau chân vị t hoặc cải xoăn
- 2 chén cải Bruxelles (khoảng 8 ounce), thái lát mỏng
- 3 quả quýt, gọt vỏ và cắt khúc
- $\frac{1}{2}$ chén hồ đào, nướng
- $\frac{1}{2}$ chén hạt lựu

Dấm rượu vang đỏ mật ong-Dijon

- $\frac{1}{4}$ chén dầu ô liu nguyên chất
- 2 muỗng canh giấm rượu vang đỏ
- $\frac{1}{2}$ củ hẹ, băm nhỏ
- 1 thìa mật ong
- 2 thìa cà phê mù tạt nguyên hạt
- Muối Đồ ăn kiêng và hạt tiêu đen mới xay, vừa ăn

HƯỚNG

a) Làm nóng lò ở nhiệt độ 400 độ F. Lót giấy bạc vào khay nướng.

b) Đặt củ cải lên giấy bạc, rưới dầu ô liu và nêm muối và hạt tiêu. Gấp cả 4 mặt của giấy bạc lại để làm túi đựng. Nướng cho đến khi mềm, 35 đến 45 phút; để nguội, khoảng 30 phút.

c) Dùng khăn giấy sạch chà xát củ cải để loại bỏ vỏ; thái thành từng miếng vừa ăn.

d) Nấu món tiếng Farro theo hướng dẫn trên bao bì, sau đó để nguội.

e) Chia củ cải vào 4 lọ thủy tinh miệng rộng (32 ounce) có nắp đậy. Top với rau bina hoặc cải xoăn, tiếng Farro, cải Bruxelles, quýt, quả hồ đào và hạt lựu. Sẽ giữ trong tủ lạnh 3 hoặc 4 ngày.

f) ĐỐI VỚI DỪA: Trộn đều dầu ô liu, giấm, hẹ tây, mật ong, mù tạt và 1 muỗng canh nước; nêm muối và hạt tiêu cho vừa ăn. Đậy nắp và để lạnh tối đa 3 ngày.

g) Để phục vụ, thêm dầu giấm vào mỗi lọ và lắc. Phục vụ ngay lập tức.

76. Salad bông cải xanh lọ Thợ nề

THÀNH PHẦN

- 3 muỗng canh sữa 2%
- 2 muỗng canh dầu ô liu sốt mayonnaise
- 2 thìa sữa chua Hy Lạp
- 1 muỗng canh đường, hoặc nhiều hơn tùy khẩu vị
- 2 muỗng cà phê giấm táo
- $\frac{1}{2}$ cốc hạt điều
- $\frac{1}{4}$ cốc quả nam việt quất khô
- $\frac{1}{2}$ chén hành đỏ thái hạt lựu
- Phô mai cheddar 2 ounce, thái hạt lựu
- 5 chén bông cải xanh thái nhỏ

HƯỚNG

a) ĐỐI VỚI MẶT NẠ: Đánh đều sữa, sốt mayonnaise, sữa chua, đường và giấm trong một cái bát nhỏ.

b) Chia nước sốt vào 4 lọ thủy tinh miệng rộng (16 ounce) có nắp đậy. Phủ hạt điều, quả nam việt quất, hành tây, phô mai và bông cải xanh lên trên. Làm lạnh tối đa 3 ngày.

c) Để phục vụ, lắc nội dung của bình và phục vụ ngay lập tức.

77. Gỏi gà hũ Thơ nề

THÀNH PHẦN

- 2 ½ chén gà quay cắt nhỏ còn sót lại
- ½ cốc sữa chua Hy Lạp
- 2 muỗng canh dầu ô liu sốt mayonnaise
- ¼ chén hành đỏ thái hạt lựu
- 1 cọng cần tây, thái hạt lựu
- 1 muỗng canh nước cốt chanh mới vắt, hoặc nhiều hơn tùy theo khẩu vị
- 1 thìa cà phê tarragon tươi cắt nhỏ
- ½ muỗng cà phê mù tạt Dijon
- ½ thìa cà phê bột tỏi
- Muối Đồ ăn kiêng và hạt tiêu đen mới xay, vừa ăn
- 4 chén cải xoăn thái nhỏ
- 2 quả táo Granny Smith, bỏ lõi và cắt nhỏ
- ½ cốc hạt điều
- ½ cốc quả nam việt quất khô

HƯỚNG

a) Trong một tô lớn, trộn thịt gà, sữa chua, sốt mayonnaise, hành tím, cần tây, nước cốt chanh, ngải giấm, mù tạt và bột tỏi; nêm muối và hạt tiêu cho vừa ăn.

b) Chia hỗn hợp gà vào 4 lọ thủy tinh miệng rộng (24 ounce) có nắp đậy. Phủ cải xoăn, táo, hạt điều và quả nam việt quất lên trên. Làm lạnh tối đa 3 ngày.

c) Để phục vụ, lắc nội dung trong lọ và phục vụ ngay lập tức.

78. Gỏi gà kiểu Trung Hoa lọ Thơ nề

THÀNH PHẦN

- ½ chén giấm rượu gạo
- 2 tép tỏi, ép
- 1 muỗng canh dầu mè
- 1 muỗng canh gừng tươi xay
- 2 muỗng cà phê đường, hoặc nhiều hơn tùy khẩu vị
- ½ muỗng cà phê nước tương giảm natri
- 2 củ hành xanh, thái lát mỏng
- 1 muỗng cà phê hạt vừng
- 2 củ cà rốt, gọt vỏ và xay nhuyễn
- 2 cốc dưa chuột kiểu Anh thái hạt lựu
- 2 chén bắp cải tím thái nhỏ
- 12 chén cải xoăn xắt nhỏ
- 1 ½ chén gà quay thái hạt lựu còn sót lại
- 1 cốc hoành thánh

HƯỚNG

a) ĐỐI VỚI DỪA: Trộn đều giấm, tỏi, dầu mè, gừng, đường và nước tương trong một bát nhỏ. Chia nước sốt vào 4 lọ thủy tinh miệng rộng (32 ounce) có nắp đậy.

b) Phủ hành lá, hạt vừng, cà rốt, dưa chuột, bắp cải, cải xoăn và thịt gà lên trên. Làm lạnh tối đa 3 ngày. Bảo quản các dải hoành thánh riêng biệt.

c) Để phục vụ, lắc nội dung trong lọ và thêm các dải hoành thánh. Phục vụ ngay lập tức.

79. Salad niçoise hũ Thợ nề

THÀNH PHẦN

- 2 quả trứng vừa
- 2 ½ chén đậu xanh cắt đôi
- 3 (7 ounce) lon cá ngừ albacore đóng gói trong nước, để ráo nước và rửa sạch
- ¼ chén dầu ô liu nguyên chất
- 2 muỗng canh giấm rượu vang đỏ
- 2 muỗng canh hành đỏ thái hạt lựu
- 2 muỗng canh lá mùi tây tươi xắt nhỏ
- 1 muỗng canh lá ngải giấm tươi xắt nhỏ
- 1 ½ thìa cà phê mù tạt Dijon
- Muối Đồ ăn kiêng và hạt tiêu đen mới xay, vừa ăn
- 1 cốc cà chua bi cắt đôi
- 4 chén rau diếp bơ rách
- 3 chén lá rau arugula
- 12 quả ô liu Kalamata
- 1 quả chanh, cắt thành múi (tùy chọn)

HƯỚNG

a) Đặt trứng vào một cái chảo lớn và phủ nước lạnh khoảng 1 inch. Đun sôi và nấu trong 1 phút. Đậy nắp nồi thật kín và tắt bếp; để yên trong 8 đến 10 phút.

b) Trong khi đó, trong một nồi nước muối sôi lớn, chần đậu xanh cho đến khi có màu xanh tươi, khoảng 2 phút. Xả và làm nguội trong một bát nước đá. Thoát nước tốt. Xả trứng và để nguội trước khi bóc vỏ và cắt trứng làm đôi theo chiều dọc.

c) Trong một tô lớn, kết hợp cá ngừ, dầu ô liu, giấm, hành tây, rau mùi tây, tarragon và Dijon cho đến khi vừa kết hợp; nêm muối và hạt tiêu cho vừa ăn.

d) Chia hỗn hợp cá ngừ vào 4 lọ thủy tinh miệng rộng (32 ounce) có nắp đậy. Phủ đậu xanh, trứng, cà chua, xà lách bơ, rau arugula và ô liu lên trên. Làm lạnh tối đa 3 ngày.

e) Để phục vụ, lắc nội dung của một cái lọ. Dùng ngay, kèm chanh nếu muốn.

80. Bát cá ngừ cay

THÀNH PHẦN

- 1 chén gạo lứt hạt dài
- 3 muỗng canh dầu ô liu sốt mayonnaise
- 3 thìa sữa chua Hy Lạp
- 1 muỗng canh sốt sriracha, hoặc nhiều hơn tùy khẩu vị
- 1 muỗng canh nước cốt chanh
- 2 muỗng cà phê nước tương giảm natri
- 2 (5 ounce) lon cá ngừ albacore, để ráo nước và rửa sạch
- Muối Đỗ ăn kiêng và hạt tiêu đen mới xay, vừa ăn
- 2 chén cải xoăn thái nhỏ
- 1 muỗng canh hạt mè rang
- 2 muỗng cà phê dầu mè nướng
- 1 $\frac{1}{2}$ cốc dưa chuột kiểu Anh thái hạt lựu
- $\frac{1}{2}$ chén gừng ngâm
- 3 củ hành xanh, thái lát mỏng
- $\frac{1}{2}$ chén nori rang cắt nhỏ

HƯỚNG

a) Nấu cơm theo hướng dẫn trên bao bì với 2 cốc nước trong nồi vừa; để qua một bên.

b) Trong một bát nhỏ, trộn đều sốt mayonnaise, sữa chua, sriracha, nước cốt chanh và nước tương. Múc 2 thìa hỗn hợp sốt mayonnaise vào tô thứ hai, đậy nắp và để trong tủ lạnh. Khuấy cá ngừ vào hỗn hợp mayo còn lại và trộn nhẹ nhàng; nêm muối và hạt tiêu cho vừa ăn.

c) Trong một tô vừa, trộn cải xoăn, hạt vừng và dầu mè; nêm muối và hạt tiêu cho vừa ăn.

d) Chia cơm vào các hộp đựng chuẩn bị bữa ăn. Phủ hỗn hợp cá ngừ, hỗn hợp cải xoăn, dưa chuột, gừng, hành lá và rong biển nori lên trên. Làm lạnh tối đa 3 ngày.

e) Khi dùng, rưới hỗn hợp sốt mayonnaise lên.

81. Salad lõi ngô bít tết

dấm balsamic
- 3 muỗng canh dầu ô liu nguyên chất
- 4 ½ muỗng cà phê giấm balsamic
- 1 tép tỏi, ép
- 1 ½ muỗng cà phê mảnh mùi tây khô
- ¼ muỗng cà phê húng quế khô
- ¼ thìa cà phê lá oregano khô

Xa lát
- 4 quả trứng vừa
- 1 muỗng canh bơ không muối
- Bít tết 12 ounce
- 2 muỗng cà phê dầu ô liu
- Muối Đồ ăn kiêng và hạt tiêu đen mới xay, vừa ăn
- 8 chén rau chân vị t non
- 2 cốc cà chua bi, giảm một nửa
- ½ cốc nửa quả hồ đào
- ½ cốc phô mai feta ít béo vụn

HƯỚNG

a) ĐỐI VỚI GIÀY BALSAMIC: Đánh đều dầu ô liu, giấm balsamic, đường, tỏi, mùi tây, húng quế, lá oregano và mù tạt (nếu dùng) trong một tô vừa. Đậy nắp và để lạnh tối đa 3 ngày.

b) Đặt trứng vào một cái chảo lớn và phủ nước lạnh khoảng 1 inch. Đun sôi và nấu trong 1 phút. Đậy nắp nồi thật kín và tắt bếp; để yên trong 8 đến 10 phút. Xả sạch và để nguội trước khi gọt vỏ và cắt lát.

c) Đun chảy bơ trong chảo lớn trên lửa vừa cao. Dùng khăn giấy thấm khô cả hai mặt miếng bít tết. Rắc dầu ô liu và nêm muối và hạt tiêu. Cho bít tết vào chảo và nấu, lật một lần cho đến khi chín tới độ chín mong muốn, 3 đến 4 phút mỗi mặt đối với thịt vừa tái. Để yên 10 phút trước khi cắt thành từng miếng vừa ăn.

d) Để làm món salad, hãy đặt rau bina vào hộp đựng đồ ăn; trên cùng là các hàng bít tết, trứng, cà chua, hồ đào và feta được sắp xếp sẵn. Đậy nắp và để lạnh tối đa 3 ngày. Ăn kèm với dầu giấm balsamic hoặc nước sốt tùy thích.

82. Bát dinh dưỡng khoai lang

THÀNH PHẦN

- 2 củ khoai lang vừa, gọt vỏ và cắt thành khối 1 inch
- 3 muỗng canh dầu ô liu nguyên chất, chia
- ½ thìa cà phê ớt bột xông khói
- Muối Đồ ăn kiêng và hạt tiêu đen mới xay, vừa ăn
- 1 cốc Tiếng Farro
- 1 bó cải xoăn lacinato, cắt nhỏ
- 1 muỗng canh nước cốt chanh mới vắt
- 1 chén bắp cải đỏ thái nhỏ
- 1 cốc cà chua bi cắt đôi
- ¾ cốc đậu Garbanzo giòn
- 2 quả bơ, cắt đôi, bỏ hạt và gọt vỏ

HƯỚNG

a) Làm nóng lò ở nhiệt độ 400 độ F. Lót giấy nến vào khay nướng.

b) Đặt khoai lang lên khay nướng đã chuẩn bị sẵn. Thêm 1 ½ thìa dầu ô liu và ớt bột, nêm muối và hạt tiêu rồi trộn nhẹ nhàng để kết hợp. Xếp thành một lớp duy nhất và nướng trong 20 đến 25 phút, lật một lần cho đến khi dễ dàng đâm bằng nĩa.

c) Nấu món tiếng Farro theo hướng dẫn trên bao bì; để qua một bên.

d) Kết hợp cải xoăn, nước cốt chanh và 1 ½ thìa dầu ô liu còn lại vào một bát vừa. Massage cải xoăn cho đến khi hòa quyện và nêm muối và hạt tiêu cho vừa ăn.

e) Chia tiếng Farro vào hộp đựng chuẩn bị bữa ăn. Phủ khoai lang, bắp cải, cà chua và garbanzos giòn lên trên. Làm lạnh tối đa 3 ngày. Ăn kèm với quả bơ.

83. Bát phật gà kiểu Thái

THÀNH PHẦN

Sốt đậu phộng

- 3 muỗng canh kem bơ đậu phộng
- 2 muỗng canh nước cốt chanh mới vắt
- 1 muỗng canh nước tương giảm natri
- 2 muỗng cà phê đường nâu đậm
- 2 thìa cà phê sambal oelek (tương ớt tươi xay)

Xa lát

- 1 cốc Tiếng Farro
- ¼ chén nước dùng gà
- 1 ½ muỗng canh sambal oelek (tương ớt tươi xay)
- 1 muỗng canh đường nâu nhạt
- 1 muỗng canh nước cốt chanh mới vắt
- 1 pound ức gà không xương, không da, cắt thành khối 1 inch
- 1 muỗng canh bột bắp
- 1 muỗng canh nước mắm
- 1 muỗng canh dầu ô liu
- 2 tép tỏi, băm nhỏ
- 1 củ hẹ, băm nhỏ
- 1 muỗng canh gừng tươi xay
- Muối Đỗ ăn kiêng và hạt tiêu đen mới xay, vừa ăn
- 2 chén cải xoăn thái nhỏ
- 1 ½ chén bắp cải tím thái nhỏ
- 1 chén giá đỗ
- 2 củ cà rốt, gọt vỏ và xay nhuyễn
- ½ chén lá ngò tươi
- ¼ chén đậu phộng rang

HƯỚNG

a) ĐỐI VỚI SỐT ĐẠI CƯƠNG: Đánh đều bơ đậu phộng, nước cốt chanh, nước tương, đường nâu, sambal oelek và 2 đến 3 muỗng canh nước trong một bát nhỏ. Đậy nắp và để lạnh tối đa 3 ngày.

b) Nấu món tiếng Farro theo hướng dẫn trên bao bì; để qua một bên.

c) Trong khi nấu món tiếng Farro, trong một cái bát nhỏ, trộn đều nước kho, sambal oelek, đường nâu và nước cốt chanh; để qua một bên.

d) Trong một tô lớn, trộn thịt gà, bột ngô và nước mắm, trộn đều và để gà ngấm bột ngô trong vài phút.

e) Đun nóng dầu ô liu trong chảo lớn trên lửa vừa. Thêm gà và nấu cho đến khi vàng, từ 3 đến 5 phút. Thêm tỏi, hẹ tây và gừng vào rồi tiếp tục nấu, khuấy thường xuyên cho đến khi có mùi thơm, khoảng 2 phút. Khuấy hỗn hợp nước kho và nấu cho đến khi hơi đặc lại, khoảng 1 phút. Nêm muối và hạt tiêu cho vừa ăn.

f) Chia tiếng Farro vào hộp đựng chuẩn bị bữa ăn. Phủ thịt gà, cải xoăn, bắp cải, giá đỗ, cà rốt, ngò và đậu phộng lên trên. Sẽ bảo quản trong tủ lạnh từ 3 đến 4 ngày. Ăn kèm nước sốt đậu phộng cay.

84. Gà bọc đậu phộng kiểu Thái

THÀNH PHẦN

Nước sốt đậu phộng cà ri dừa

- $\frac{1}{4}$ cốc nước cốt dừa nhẹ
- 3 muỗng canh kem bơ đậu phộng
- 1 $\frac{1}{2}$ muỗng canh giấm rượu gạo
- 1 muỗng canh nước tương giảm natri
- 2 muỗng cà phê đường nâu đậm
- 1 muỗng cà phê nước sốt tỏi ớt
- $\frac{1}{4}$ thìa cà phê bột cà ri vàng

Bọc

- 2 $\frac{1}{2}$ chén gà quay thái hạt lựu còn sót lại
- 2 chén bắp cải Napa cắt nhỏ
- 1 chén ớt chuông đỏ thái lát mỏng
- 2 củ cà rốt, gọt vỏ và cắt thành que diêm
- 1 $\frac{1}{2}$ muỗng canh nước cốt chanh mới vắt
- 1 muỗng canh dầu ô liu sốt mayonnaise
- Muối Đỗ ăn kiêng và hạt tiêu đen mới xay, vừa ăn
- Phô mai kem ít béo 3 ounce, ở nhiệt độ phòng
- 1 thìa cà phê gừng tươi xay
- 4 gói bánh tortilla cà chua khô (8 inch)

HƯỚNG

a) ĐỐI VỚI SỐT ĐẬU CÀ DỪA: Trộn đều nước cốt dừa, bơ đậu phộng, giấm rượu gạo, nước tương, đường nâu, sốt tỏi ớt và bột cà ri trong một tô nhỏ. Dành 3 thìa cho thị t gà; làm lạnh phần còn lại cho đến khi sẵn sàng phục vụ.

b) Trong một tô lớn, trộn thị t gà và 3 thìa nước sốt đậu phộng rồi trộn đều cho đến khi ngấm đều.

c) Trong một bát vừa, trộn bắp cải, ớt chuông, cà rốt, nước cốt chanh và sốt mayonnaise; nêm muối và hạt tiêu cho vừa ăn.

d) Trong một bát nhỏ, trộn kem phô mai và gừng; nêm muối và hạt tiêu cho vừa ăn.

e) Trải đều hỗn hợp phô mai kem lên bánh ngô, để lại đường viền 1 inch. Đổ hỗn hợp thị t gà và bắp cải lên trên. Gấp hai bên khoảng 1 inch, sau đó cuộn chặt từ dưới lên. Sẽ bảo quản trong tủ lạnh từ 3 đến 4 ngày. Phục vụ mỗi gói với nước sốt đậu phộng cà ri dừa.

85. Chong chóng rau bina Thổ Nhĩ Kỳ

THÀNH PHẦN

- 1 lát phô mai cheddar
- 2 ounce ức gà tây thái lát mỏng
- $\frac{1}{2}$ chén rau chân vị t non
- 1 bánh tortilla rau bina (8 inch)
- 6 củ cà rốt bé
- $\frac{1}{4}$ cốc nho
- 5 lát dưa chuột

HƯỚNG

a) Đặt phô mai, gà tây và rau bina vào giữa bánh tortilla. Đặt mép dưới của bánh tortilla thật chặt lên trên rau bina và gấp hai bên. Cuộn lại cho đến khi đạt đến đỉ nh của bánh tortilla. Cắt thành 6 chong chóng.

b) Đặt các lát chong chóng, cà rốt, nho và dưa chuột vào hộp đựng chuẩn bị bữa ăn. Đậy kín bảo quản trong tủ lạnh từ 2 đến 3 ngày.

86. Salad taco Thổ Nhĩ Kỳ

THÀNH PHẦN

- 1 muỗng canh dầu ô liu
- 1 ½ pound gà tây xay
- 1 gói gia vị taco (1,25 ounce)
- 8 chén rau diếp romaine cắt nhỏ
- ½ cốc Mỏ của gà trống (tự làm hoặc mua ở cửa hàng)
- ½ cốc sữa chua Hy Lạp
- ½ chén hỗn hợp phô mai Mexico cắt nhỏ
- 1 quả chanh, cắt thành từng múi

HƯỚNG

a) Đun nóng dầu ô liu trong chảo lớn trên lửa vừa cao. Thêm gà tây xay và nấu cho đến khi chín vàng, từ 3 đến 5 phút, đảm bảo làm nát thịt khi nấu; khuấy đều gia vị taco. Hút mỡ thùa.

b) Đặt rau diếp romaine vào túi bánh sandwich. Đặt Mỏ của gà trống, sữa chua và pho mát vào các cốc Jell-O-shot 2 ounce riêng biệt có nắp đậy. Đặt tất cả — gà tây, romaine, Mỏ của gà trống, sữa chua, pho mát và chanh — vào hộp đựng chuẩn bị bữa ăn.

87. Salad lọ thủy tinh rất xanh

THÀNH PHẦN

- $\frac{3}{4}$ chén lúa mạch trân châu
- 1 chén lá húng quế tươi
- $\frac{3}{4}$ cốc sữa chua Hy Lạp 2%
- 2 củ hành xanh, xắt nhỏ
- 1 $\frac{1}{2}$ muỗng canh nước cốt chanh mới vắt
- 1 tép tỏi, bóc vỏ
- Muối Đồ ăn kiêng và hạt tiêu đen mới xay, vừa ăn
- $\frac{1}{2}$ quả dưa chuột Anh, thái nhỏ
- 1 pound (4 quả bí nhỏ), thái hình xoắn ốc
- 4 chén cải xoăn thái nhỏ
- 1 chén đậu xanh đông lạnh, rã đông
- $\frac{1}{2}$ cốc phô mai feta ít béo vụn
- $\frac{1}{2}$ chén măng đậu
- 1 quả chanh, cắt thành từng miếng (tùy chọn)

HƯỚNG

a) Nấu lúa mạch theo hướng dẫn trên bao bì; để nguội hoàn toàn và đặt sang một bên.

b) Để làm nước sốt, trộn húng quế, sữa chua, hành lá, nước cốt chanh và tỏi vào tô của máy xay thực phẩm rồi nêm muối và tiêu. Xung cho đến khi mị n, khoảng 30 giây đến 1 phút.

c) Chia nước sốt vào 4 lọ thủy tinh miệng rộng (32 ounce) có nắp đậy. Phủ dưa chuột, mì bí xanh, lúa mạch, cải xoăn, đậu Hà Lan, feta và chồi đậu. Làm lạnh tối đa 3 ngày.

d) Để phục vụ, lắc nội dung trong bình. Ăn ngay, kèm với chanh nếu muốn.

88. Bát chả giò bí ngòi

THÀNH PHẦN

- 3 muỗng canh kem bơ đậu phộng
- 2 muỗng canh nước cốt chanh mới vắt
- 1 muỗng canh nước tương giảm natri
- 2 muỗng cà phê đường nâu đậm
- 2 thìa cà phê sambal oelek (tương ớt tươi xay)
- 1 pound tôm vừa, bóc vỏ và bỏ chỉ
- 4 quả bí xanh vừa, xoắn ốc
- 2 củ cà rốt lớn, gọt vỏ và bào sợi
- 2 chén bắp cải tím thái nhỏ
- ⅓ chén lá ngò tươi
- ⅓ chén lá húng quế
- ¼ chén lá bạc hà
- ¼ chén đậu phộng rang cắt nhỏ

HƯỚNG

a) ĐỐI VỚI SỐT ĐẠI CƯƠNG: Đánh đều bơ đậu phộng, nước cốt chanh, nước tương, đường nâu, sambal oelek và 2 đến 3 muỗng canh nước trong một bát nhỏ. Làm lạnh tối đa 3 ngày, cho đến khi sẵn sàng phục vụ.

b) Trong một nồi nước muối sôi lớn, nấu tôm cho đến khi có màu hồng, khoảng 3 phút. Xả và làm nguội trong một bát nước đá. Thoát nước tốt.

c) Chia bí ngòi vào các hộp đựng chuẩn bị bữa ăn. Phủ tôm, cà rốt, bắp cải, ngò, húng quế, bạc hà và đậu phộng lên trên. Sẽ bảo quản trong tủ lạnh từ 3 đến 4 ngày. Ăn kèm nước sốt đậu phộng cay.

SALAD

89. Rau chanh ớt

KHẨU PHẦN:2
TỔNG THỜI GIAN CHUẨN BỊ :25 phút

THÀNH PHẦN:
- 1 miếng gừng
- 1 tép tỏi
- 1 bó Bok Choi, thái lát
- giá đỗ
- 1 củ cà rốt, thái thành que diêm
- 1 muỗng cà phê nước luộc rau
- 5 củ hành
- 1 hạt tiêu, thái hạt lựu
- 1/2 bí xanh, thái hạt lựu
- 4 bông cải xanh
- Một nắm đậu Hà Lan có đường
- mì soba

Cách ăn mặc:
- 1 quả ớt đỏ
- Một nắm lớn rau mùi
- Nước ép 1 quả chanh

HƯỚNG:

a) Kết hợp ớt, lá rau mùi và nước cốt chanh trong chày và cối. Cho phép truyền sang một bên.

b) Cắt bông cải xanh thành từng miếng nhỏ. Chúng ta muốn bữa ăn được cắt mỏng để nấu nhanh.

c) Chuẩn bị nước luộc với 50ml nước rồi cho vào chảo đun sôi. Sau một phút hấp, thêm các loại rau khác, tỏi và gừng.

d) Sau khi hấp trong ba phút.

e) Phục vụ gà trên một lớp mì soba.

f) Ăn kèm với nước sốt chanh ớt ở trên.

90. Mỳ ống chanh với bông cải xanh và bí xanh

KHẨU PHẦN:2
TỔNG THỜI GIAN CHUẨN BỊ :10 phút

THÀNH PHẦN:
- 1 đầu bông cải xanh
- Một nắm đậu Hà Lan
- 2 tép tỏi
- 2 phần mì ống đánh vần, nấu chín
- 1 bí xanh
- 1 muỗng cà phê dầu dừa
- 1 quả cà chua
- Nhúm muối Himalaya và hạt tiêu đen cho vừa ăn
- 1/2 củ hành đỏ
- Nước ép của 1 quả chanh
- 2 chùm tên lửa
- Rưới dầu ô liu

HƯỚNG:

a) Xào bông cải xanh, đậu Hà Lan, tỏi, hành đỏ và bí xanh trong dầu dừa.

b) Cho mì ống cùng với cà chua cắt nhỏ, tên lửa và nước cốt chanh vào.

91. Cà tím, khoai tây và đậu xanh

KHẨU PHẦN:2
TỔNG THỜI GIAN CHUẨN BỊ :10 phút

THÀNH PHẦN:

- 1 củ hành tây, gọt vỏ và thái lát mỏng
- 1 thìa cà phê rau mùi
- 1 quả cà tím
- 1 củ khoai tây
- 2 muỗng canh dầu dừa
- 1/2 thìa cà phê thì là
- 1 lon đậu xanh
- 1/4 thìa cà phê nghệ
- Rau mùi tươi

NƯỚC XỐT:

- 1 củ hành tây, gọt vỏ và thái lát mỏng
- 2 thìa cà phê gừng, gọt vỏ và xay nhuyễn
- 6 củ đinh hương
- 450g cà chua mận
- 1/4 thìa cà phê nghệ
- 2 muỗng canh dầu dừa
- 3 tép tỏi, nghiền nát
- 1/2 thìa cà phê rau mùi đất
- 1/2 thìa cà phê thì là xay
- 1 1/2 muỗng cà phê muối
- 1 thìa cà phê bột ớt đỏ, tùy khẩu vị

HƯỚNG:

a) Xào hành tây và hạt thì là trong 3 phút.

b) Thêm khoai tây, cà tím, đậu xanh, rau mùi xay, thì là và nghệ.

c) Nấu hành tây, tỏi, gừng và đinh hương trong sáu mươi giây rồi thêm cà chua xắt nhỏ, nghệ và các loại gia vị khác.

d) Trộn nước sốt bằng máy xay cầm tay cho đến khi chúng được trộn đều. Sau đó, thêm rau, rau mùi, nước, muối và hạt tiêu cho vừa ăn.

e) Kết thúc bằng việc rắc rau mùi tươi và thưởng thức.

92. Cải xoăn & sốt kem

KHẨU PHẦN:2
TỔNG THỜI GIAN CHUẨN BỊ :15 phút

THÀNH PHẦN:
- 1/3 chén hạt vừng
- 1 quả ớt chuông
- 1/3 chén hạt hướng dương
- 1 củ hành đỏ
- 1 bó cải xoăn
- 4 chén bắp cải đỏ, thái nhỏ
- 1 miếng gừng củ
- Rau mùi tươi
- 1 Phục vụ nước sốt hạt điều

HƯỚNG:

a) Trộn tất cả nguyên liệu lại với nhau.

93. Bruxelles, Cà rốt & Rau xanh

KHẨU PHẦN:2
TỔNG THỜI GIAN CHUẨN BỊ :15 phút

THÀNH PHẦN:

- 1 bông cải xanh
- 2 củ cà rốt, thái lát mỏng
- 6 cải bruxen
- 2 tép tỏi
- 1 muỗng cà phê hạt caraway
- 1/2 quả chanh
- Gọt 1 quả chanh Dầu ô liu

HƯỚNG:

a) Hấp tất cả các loại rau trong 5-8 phút ở nhiệt độ thấp.

b) Xào tỏi với hạt thì là, vỏ chanh, 1/2 quả chanh và dầu ô liu.

c) Thêm cà rốt và cải Bruxelles.

94. Bông cải xanh Súp lơ chiên

KHẨU PHẦN:2
TỔNG THỜI GIAN CHUẨN BỊ :20 phút

THÀNH PHẦN:
- 4 bông cải xanh
- 4 bông hoa súp lơ
- 1 hạt tiêu
- Một số ít rau mầm
- 3 củ hành lá
- 1 tép tỏi, Aminos lỏng cắt nhỏ
- Gạo hoang dã/gạo lứt

HƯỚNG:

a) Nấu cơm trong nước luộc rau không có men.

b) Chiên tỏi và hành tây trong nồi hấp trong ba phút.

c) Cho các nguyên liệu còn lại vào và đun nhỏ lửa thêm vài phút nữa.

95. Măng tây và Mì bí ngòi

KHẨU PHẦN:4
TỔNG THỜI GIAN CHUẨN BỊ :20 phút

THÀNH PHẦN:
- 4 quả cà chua, thái hạt lựu
- 1 quả bí xanh
- 1/2 củ hành đỏ, thái hạt lựu
- 1 bó măng tây, hấp
- 200g tên lửa
- 12 lá húng quế
- 2 tép tỏi
- 4 phần mì ống đánh vần, nấu chín
- Dầu ô liu

HƯỚNG:
a) Kết hợp hành tây và cà chua với một ít tên lửa và măng tây rồi đặt chúng sang một bên.

b) Trộn các nguyên liệu còn lại cho đến khi tạo thành nước sốt mị n, xanh nhạt.

c) Trộn mì ống với nước sốt, chia thành từng bát, phủ cà chua, hành tím, măng tây và tên lửa lên trên.

96. Cà Chua Nhồi Rau

KHẨU PHẦN:2
TỔNG THỜI GIAN CHUẨN BỊ :30 phút

THÀNH PHẦN:
- 1 muỗng canh dầu ép lạnh
- 2 quả cà chua
- Nửa quả cà tím nhỏ
- 1 củ hành tây
- 1/3 quả bí xanh
- 1-2 tép tỏi
- Một chút muối biển và hạt tiêu
- 1 bó lá rau bina tươi

HƯỚNG:
a) Làm nóng lò ở nhiệt độ 160 độ C (325 độ F).
b) Trộn rau với rau bina, muối và hạt tiêu, sau đó rưới dầu.
c) Sau đó, đặt cà chua lên trên và múc lấy phần giữa. Kết hợp phần giữa với phần còn lại của hỗn hợp và khuấy đều.
d) Bây giờ bạn phải cẩn thận đặt mọi thứ trở lại quả cà chua.
e) Cho cà chua vào chảo lớn với khoảng 80ml nước và đậy nắp lại khi bạn chắc chắn rằng không còn thứ gì khác có thể nhét vào cà chua.
f) Nướng trong 18 phút.

97. Cà tím Xúp rau

KHẨU PHẦN:4
TỔNG THỜI GIAN CHUẨN BỊ :30 phút

THÀNH PHẦN:

- 2 bó rau muống non
- 3 quả cà tím, thái lát
- 6 quả ô liu đen bỏ hạt
- 3 quả bí xanh, thái lát
- 2 quả ớt đỏ
- 5 quả cà chua, thái hạt lựu
- 3 thìa cà phê lá húng tây
- 2 tép tỏi
- Lá húng quế
- Hạt giống rau mùi
- Rưới dầu ô liu nguyên chất
- Chút muối Himalaya và tiêu đen

HƯỚNG:

a) Loại bỏ vỏ và thái hạt lựu và cà tím cho phù hợp.

b) Trong chảo, đun nóng một ít dầu ô liu hoặc dầu dừa và xào từ từ một củ tỏi.

c) Đặt cà tím vào lưới lọc và dùng khăn giấy nhà bếp ấn vào để loại bỏ dầu thừa sau khi nấu cùng một lúc.

d) Đun nóng thêm dầu, sau đó cho bí và tỏi còn lại vào.

e) Kết hợp các thành phần còn lại trong chảo lớn và đun nóng trong 3 phút.

98. Nấm & rau chân vịt

KHẨU PHẦN:2
TỔNG THỜI GIAN CHUẨN BỊ :15 phút
TỔNG THỜI GIAN NẤU ĂN:15 phút

THÀNH PHẦN:

- 1 muỗng cà phê dầu dừa
- 5-6 cây nấm, thái lát
- 2 muỗng canh dầu ô liu
- ½ củ hành đỏ, thái lát
- 1 tép tỏi, băm nhỏ
- ½ muỗng cà phê vỏ chanh tươi, bào mịn
- ¼ cốc cà chua bi, thái lát
- Một nhúm hạt nhục đậu khấu
- 3 chén rau bina tươi, thái nhỏ
- ½ muỗng canh nước cốt chanh tươi
- nhúm muối
- Nhúm tiêu đen xay

HƯỚNG:

a) Đun nóng dầu dừa và xào nấm trong khoảng 4 phút.

b) Đun nóng dầu ô liu và xào hành tây trong khoảng 3 phút.

c) Thêm tỏi, vỏ chanh và cà chua, muối và hạt tiêu đen vào nấu khoảng 2-3 phút, dùng thìa nghiền nhẹ cà chua.

d) Nấu khoảng 2-3 phút sau khi thêm rau bina.

e) Khuấy nấm và nước cốt chanh rồi tắt bếp.

99. Rau chân vịt tiêu đen

KHẨU PHẦN:4
TỔNG THỜI GIAN CHUẨN BỊ :10 phút
TỔNG THỜI GIAN NẤU ĂN:7 phút

THÀNH PHẦN:

- 2 muỗng canh dầu ô liu (loại nguyên chất)
- 2 tép tỏi, nghiền nát
- Nước ép của 1 quả cam
- vỏ của 1 quả cam
- 3 chén rau chân vị t tươi
- 1 thìa cà phê muối biển
- $\frac{1}{8}$ muỗng cà phê tiêu đen, mới xay

HƯỚNG:

a) Đun nóng dầu ô liu trong chảo trên lửa cao cho đến khi nó bắt đầu sôi.

b) Nấu, khuấy đị nh kỳ trong 3 phút sau khi thêm rau bina và tỏi.

c) Thêm nước cam, vỏ cam, muối và hạt tiêu.

d) Nấu, khuấy liên tục cho đến khi nước ép bay hơi, khoảng 4 phút.

PHẦN KẾT LUẬN

Có rất nhiều món ăn ngon của vùng trên khắp Hàn Quốc và Mỹ, mỗi món đều thể hiện sự hào phóng của vùng đất và biển xung quanh. Từ mì cay và món sườn hầm đến thịt ba chỉ thơm ngon và nhiều món banchan, bạn sẽ tìm thấy những đĩa và bát chứa đầy cơm, rau, hải sản và tất cả những thứ lên men. Nếu bạn chưa quen với cách nấu ăn của người Mỹ gốc Hàn và đang tìm kiếm một nơi để bắt đầu, chúng tôi khuyên bạn nên sử dụng những công thức nấu ăn này. Một số là xác thực và một số khác được truyền cảm hứng nhưng tất cả đều có một điểm chung: niềm tin rộng rãi rằng khi bạn ăn uống đầy đủ, bạn sẽ khỏe mạnh.